CHUYỂN HÓA TINH THẦN
Dalai Lama

CHUYỂN HÓA TINH THẦN
DALAI LAMA
Tâm Bình & Thanh Bình dịch

Bìa Nguyễn Thành
Dàn trang Nguyễn Thành
Nhân Ảnh ấn hành 2020
ISBN: 978-1989705339
Copyright © 2020 by Tam Binh & Thanh Binh

DALAI LAMA
TÂM BÌNH & THANH BÌNH dịch

CHUYỂN HÓA TINH THẦN

NHÀ XUẤT BẢN
NHÂN ẢNH
2020

"Trong nhiều năm tại Lebanon, nhiều nhóm cuồng tín Hồi Giáo gây chiến tranh với Thiên Chúa Giáo và Do Thái Giáo, các phía đã được đổ dầu với sự hận thù bạo động mang lại hậu quả những sự hung bạo không thể nói được, chỉ vì họ thệ nguyện dưới những danh nghĩa của niềm tin. Nó là một câu chuyện cũ xưa, và là chuyện đã được nhắc nhở đến thường xuyên qua lịch sử và được tái diễn quá thường xuyên trong thế giới tân tiến này.

Do bởi tiềm năng gây chia rẽ và thù ghét, nó dễ bị mất niềm tin về các tổ chức tôn giáo. Sự kiện này đã dẫn đến những mẫu người có tôn giáo chẳng hạn như Đức Dalai Lama, cố gắng làm sáng tỏ những yếu tố ấy cho một cuộc sống tinh thần khả dĩ áp dụng một cách phổ quát cho mọi cá nhân để làm phong phú niềm hạnh phúc của họ, không phân biệt truyền thống tôn giáo hoặc họ có niềm tin tôn giáo hay không."

Tiến sĩ **Howard Cutler**

Nội dung

- Lời tựa — 13
- Nền tảng căn bản của sự chuyển hóa — 15
- Việc chuyển hóa qua lòng vị tha — 57
- Sự chuyển hóa qua sự thông suốt — 99
- Bài kệ về sự chuyển hóa tâm thần — 119

Phụ bản 1:
- Bài kệ về sự chuyển hóa tâm thần của Geshe Langri Thangpa — 149

Phụ bản 2:
- Nền đạo đức của Tân Kỷ Nguyên — 151
- Bài giảng thuyết công cộng — 153
- Giới thiệu sách đọc — 179

Chuyển Hóa Tinh Thần

Chuyển Hóa Tinh Thần
BÀI HỌC ĐỂ TẠO DỰNG LÒNG TỪ BI
ĐỨC DALAI LAMA thứ XIV

Bài "Tám Câu về Chuyển Hóa Tinh Thần" là một trong những bài văn quan trọng nhất từ một tuyệt phẩm trong những áng văn tinh thần của Tây Tạng biệt danh là lo-jong, có nghĩa "sự chuyển hóa tinh thần". Được viết bởi thiền sư Langri Thangpa vào thế kỷ mười một, Đức Dalai Larna dựa vào công trình này để dùng như là một trong những nguồn tài nguyên chính để làm phấn khởi cho chính Ngài.

Trong lời bình luận đơn giản, sáng ngời về bài Kệ này, Đức Dalai Lama chỉ dẫn cho chúng ta làm thế nào để triển khai sự khôn ngoan và lòng từ bi trong đời sống hàng ngày của chúng ta. Đặc biệt, Ngài dạy cho chúng ta làm thế nào để suy tưởng một cách tích cực và giải thích những kỹ thuật để chuyển hóa những hoàn cảnh đối nghịch thành những cơ hội tốt cho việc phát triển tinh thần. Ngài chỉ cho chúng ta, bằng cách huấn luyện và chuyển hóa tinh thần của chúng ta, làm thế nào để chúng ta tạo ảnh hưởng trên những sự thay đổi trong cuộc sống chúng ta và cuộc sống của những người chung quanh chúng ta.

CHUYỂN HÓA TINH THẦN
Bài Học Để Tạo Dựng Lòng Từ Bi
Đức Dalai Lama thứ XIV

Bản tiếng Anh: Thupten Jinpa
Dominique Side & Geshe Thupten Jinpa nhuận sắc

Bản tiếng Việt: Tâm Bình & Thanh Bình

Thorsons

Nhà in của Harper Collins *Publishers*

77- Fulham Palace Road
Hammersmith, London w 8JB

The Thorsons webside address is: www.ihorsons.com

Published by Thorsons 2000

13579108642

His Holiness the XIV Dalai Lama 2000

His Holiness the XIV Dalai Lama asserts the moral right to be identified as the author of this work

A catalogue record for this book
is available from the British Library

ISBN 0 7225 4030 2 HB
ISBN 0 7225 3865 0 PB

Printed and bound in the United States of America by
R. R. Donnelley and Sons Company

All rights reserved. No part of this publication may be reproduced, stored in a retrieval system, or transmitted, in any form or by any means, electronic, mechanical, photocopying, recording or otherwise, without the prior permission of the publishers.

LỜI TỰA

VÀO THÁNG NĂM 1999 ĐỨC DALAI LAMA mở ba ngày dạy *Tám Câu Kệ* về *Sự Chuyển Hóa Tinh Thần* tại Wembley Conference Center thuộc Luân Đôn, và một cuộc nói chuyện công cộng với tựa đề "Đạo Đức Cho Tân Kỷ Nguyên" tại Royal Albert Hall. Cuộc thăm viếng của Ngài tại United Kingdom được diễn ra do lời mời của hội Tibet House Trust, Anh quốc.

Thể theo lời mời của Tổng Giám Mục tại Canterbury, Đức Dalai Lama còn đọc bài Diễn Văn Tôn Giáo Hỗn Hợp Lambeth thứ 10 Hướng về Một Thế Giới Thanh Bình, "Vai Trò của Các Cộng Đồng Tôn Giáo", tại Lambeth Palace, Luân Đôn.

Tám Câu Kệ về Sự Chuyển Hóa Tinh Thần là một trong những bài văn quan trọng nhất từ một tuyệt phẩm trong những áng văn tinh thần của Tây Tạng được biệt danh là *lo-jong*, có nghĩa "sự chuyển hóa tinh thần". Bài văn được viết bởi thiền sư Tây Tạng Langri Thangpa, công trình ngắn này được Đức Dalai Lama dựa vào để dùng như là một trong những nguồn tài nguyên chính để làm phấn khởi cho chính Ngài.

Trung tâm ý nghĩa của những lời dạy *lo-jong* gồm, một trong nhiều lời dạy khác, sự làm tăng cường lòng vị tha, sự triển khai những thái độ được quân bình hóa đối với chính mình và tha nhân, sự mở mang những phương pháp suy tư tích cực, và sự chuyển hóa nghịch cảnh trở thành những điều kiện thích đáng cho việc phát triển tinh thần.

Bốn tháng trước khi các biến cố thật sự xảy ra các vé của cả hai buổi dạy và giảng thuyết công cộng đều bán hết. Vì thiếu không gian do số người đến nghe vượt dự kiến làm cho nhiều người bất bình. Sau buổi giảng thuyết tại Văn phòng Tây Tạng London, nhiều người đã đến đó để yêu cầu viết lại những buổi giảng thuyết này để cho quảng đại quần chúng có thể biết được nhiều hơn. Chúng tôi, vì vậy rất lấy làm hạnh phúc để ngày nay in ra cuốn sách này.

Văn phòng Tây Tạng chân thành cảm ơn Jane Rasch và Cait Collins chuyển dịch các buổi giảng dạy và Dominique Side về việc ấn loát. Chúng tôi xin mang ơn Tiến sĩ Thupten Jinpa về việc thông dịch sự giảng huấn của Đức Dalai Lama ra Anh ngữ và còn cả sự giúp đỡ về việc nhuận sắc bản thảo sau cùng.

Sir. MIGYUR DORJEE
ĐẠI DIỆN THÁNH DALAI LAMA TẠI LONDON

Chương Một
Nền Tảng Căn bản của sự Chuyển hóa

Ý Nghĩa của Sự Chuyển Hóa

Tiếng Tây Tạng "LO-JONG" một cách chính xác có nghĩa "huấn luyện tâm thần" hoặc "Chuyển Hóa Tinh Thần" và nó ám chỉ một loại kỷ luật nội tâm. Cái toàn điểm của sự chuyển hóa trái tim và trí óc của chúng ta để tìm hạnh phúc. Một khi chúng nói lên niềm hạnh phúc và sự khổ đau, chúng ta lẽ dĩ nhiên nói về kinh nghiệm của sự hạnh phúc và sự khổ đau, như vậy chúng ta đang đương đầu với một cái gì trực tiếp trong tinh thần chúng ta. Tạm để qua một bên câu hỏi triết lý về việc có hay không có một cái gọi là ý thức tính hoàn toàn khác biệt với cơ thể chúng ta, một cái gì thật rõ-ràng rằng, đối với con người, chúng ta tất cả đều có một ước muốn tự nhiên để được hạnh phúc và cầu mong được vượt qua khỏi sự khổ đau. Đây là một sự kiện thực tế, cho nên chúng ta có thể lấy nó làm khởi điểm.

Trước khi khai triển điểm này ra nhiều chi tiết hơn, tuy nhiên, chúng ta hãy nhìn một cách ngắn gọn vào bản chất đương nhiên của kinh nghiệm. Tôi nghĩ chúng ta có thể khẳng định nói rằng kinh nghiệm xảy ra ở mức độ của tri thức hay tinh thần, bởi lẽ ngay cả việc chúng ta nói đến những kinh nghiệm vật chất, chúng không phải chỉ việc mọc ra từ cơ thể mà thôi. Nếu chúng ta làm tê liệt một phần nào đó của cơ thể chúng ta, thí dụ, chúng ta không còn cảm giác gì nữa, vì vậy kinh nghiệm liên hệ đến sự cảm giác, và sự cảm giác theo đó liên hệ đến sự ý thức. Nói cách bao quát, các kinh nghiệm của chúng ta rơi vào hai loại. Một loại kinh nghiệm có liên hệ nhiều đến thân thể và nó chỉ xuất hiện qua các giác quan của chúng ta, trong khi loại kia có liên hệ nhiều đến cái gọi là "ý thức về tinh thần" hoặc "tinh thần".

Cho đến khi nào nói đến mức độ vật chất của kinh nghiệm, chẳng có gì khác nhau nhiều giữa chính chúng ta và loài vật. Loài vật, cũng vậy, cũng có khả năng để cảm nhận sự đau đớn và sự sung túc. Nhưng cái gì xảy ra làm phân biệt con người với các dạng thức của đời sống khác chính là cái mà chúng ta có những kinh nghiệm về tinh thần với nhiều sức mạnh hơn trong các dạng thức của tư tưởng và các sự cảm xúc. Bây giờ lẽ dĩ nhiên, chúng ta có thể dựng lý lên rằng có những loại sinh vật nào đó cũng có thể có khả năng sở hữu chủ loại kinh nghiệm này, ít nhất với một vài mức độ nào đó -- vài con vật có thể có trí nhớ, thí dụ -- nhưng trên phương diện tổng thể, con người khác động vật là vì có tư tưởng.

Thực tế có hai loại rộng lớn về kinh nghiệm với vài ngụ ý lý thú. Quan trọng nhất, nếu trạng thái căn bản về tinh thần của một người là trong sáng và yên tịnh, như vậy nó có thể là sự thanh bình nội tâm này làm tràn ngập lên kinh nghiệm đau đớn thể chất. Trái lại, nếu người nào đang bị khổ sở do sự xuống tinh thần, hồi hộp, hoặc một hình thức chán nản tinh thần nào đó, thì ngay cả việc người ấy đang hưởng thụ những sự êm ấm vật chất, họ sẽ không hoàn toàn có thể kinh nghiệm được niềm hạnh phúc mà nó có thể mang lại. Như vậy sự việc này cho thấy trạng thái của chúng ta về tinh thần, trong ý nghĩa về thái độ và sự cảm xúc của chúng ta, đóng vai trò quan trọng tối hậu trong việc uốn nắn cách thức chúng ta kinh nghiệm về hạnh phúc và sự khổ đau. Tiếng *lo-jong* dạy về việc Chuyển Hóa Tinh Thần dâng hiến một loạt nhiều nguyên tắc từ đó chúng ta có thể tìm kiếm, thu thập và áp đặt kỷ luật cho tâm thần của chúng ta, và như vậy chúng ta tạo nền tảng căn bản cho niềm hạnh phúc mà chúng ta đang tìm kiếm.

Chúng ta tất cả đều biết có một sự kết liền mật thiết giữa sự sung mãn vật chất và sự sung mãn tình cảm. Chúng ta biết, thí dụ, các bệnh tật thể chất ảnh hưởng đến trạng thái tinh thần của chúng ta, và rằng, đảo ngược lại, một mức độ lớn về sự sung mãn thể chất đóng góp vào việc làm cho sự êm dịu tinh thần lớn hơn. Vì chúng ta thường công nhận sự liên hệ này, nhiều người trong chúng ta đã tham dự vào các hành vi toan tính và thực hành thể chất nhằm giúp mang lại sự sung mãn vật chất mà nó sẽ đóng góp vào việc làm tươi trẻ tinh thần của chúng ta. Còn có một số tập tục cổ truyền với mục đích huấn luyện các khuôn mẫu năng lực của chúng ta; các tập tục này được gọi là *prana yogas*, có nghĩa là "những nguyên tắc tối thượng về năng lực của gió". Ngày nay các cuộc tập dượt yoga cũng đã trở nên rất thịnh hành ở thế giới tân tiến, và chính vì điều này mà nhiều người đã tìm thấy rằng qua việc huấn luyện yoga họ có thể thực hiện được một mức độ sức khỏe thể chất dẫn đến một sức khỏe tinh thần tốt hơn.

Phương pháp thực hành do lo-jong chỉ dẫn, tuy nhiên, có phần khác biệt hơn. Người ta tập trung trực tiếp vào việc mở mang chính tinh thần mà thôi, xuyên qua sự chuyển hóa thái độ và cách thức suy nghĩ của chúng ta.

Thật quan trọng để nhận định rằng mọi phương pháp tập luyện thật sự chuyển hóa con tim và trí óc của chúng ta là một việc làm không thể bắt buộc hoặc cưỡng ép lên trên tất cả chúng ta. Trong trường hợp của các việc tập luyện thể chất, ngược lại, vài mức độ về áp lực có thể rất hữu hiệu trong việc kiến tạo kỷ luật, nhưng kỷ luật tinh thần đòi hỏi cho việc chuyển hóa con tim và trí óc của chúng ta không thể đến như là hậu quả của một áp lực nào đó. Nó phải được đặt trên nền tảng của sự chấp nhận một cách tự nguyện mà nó, như là một hậu quả, sẽ được đặt trên nền tảng của một sự nhận định cá nhân rằng một vài thái độ và vài phương cách nào đó có lợi, trong khi đó các phương cách khác thì không. Như vậy, qua sự công nhận này, chúng ta chỉ phải tự chấp nhận chúng ta một cách tự nguyện để tuân theo một kỷ luật tinh thần. Phương pháp tham dự vào một lối đi tinh thần là cách duy nhất để Chuyển Hóa Tinh Thần của chúng ta.

Theo đó là một cái chìa khóa cho việc chuyển hóa con tim và trí óc của chúng ta là phải có một sự hiểu biết về phương cách hoạt động của tư tưởng và sự cảm xúc của chúng ta. Chúng ta cần phải học hỏi để nhận diện mặt trái của những sự va chạm nội tâm của chúng ta. Với lòng tức giận, thí dụ, chúng ta cần phải thấy sự tức giận có tính hủy diệt như thế nào, và đồng thời phải nhận định rằng có những liều thuốc giải độc trong chính tư tưởng và sự cảm xúc của chúng ta mà chúng ta có thể hữu dụng hóa chúng để phản lại nó. Cho nên trước nhất, qua sự hiểu biết rằng những tư tưởng và sự cảm xúc gây tổn thương là âm tính, nguy hại, và thứ hai, bằng cách cố gắng làm sức mạnh hóa những tư tưởng, những cảm xúc dương tính của chúng ta, là những liều thuốc giải độc của chúng, chúng ta có thể giảm dần dần cái lực của sự tức giận và thù ghét và v.v....

Tuy nhiên, một khi chúng ta quyết định làm việc với sự tức giận và lòng thù ghét của chúng ta, không phải chỉ việc làm một điều cầu nguyện đầy lòng tôn kính: "Nguyện cầu nỗi tức giận đừng trỗi dậy trong lòng tôi" hoặc "Nguyện cầu cho tôi được tránh khỏi nỗi hận thù". Mặc dầu điều này có thể hữu ích, nguyện cầu một mình chính nó sẽ không dẫn con người đi đâu xa. Con người cần phải tạo một sự cố gắng trụ cột để tuân theo một kỷ luật có ý thức, điều mà con người sẽ áp dụng trong suốt cả một cuộc đời, để giảm cái lực của nỗi tức giận và tăng cường tính đối nghịch của nó, lòng vị tha. Đây là phương cách để kỷ-luật-hóa tâm thần.

Phương cách để giảo nghiệm những tư tưởng và những cảm xúc trỗi dậy trong chúng ta như thế nào là xuyên qua sự hồi tưởng trở lại. Thật là hoàn toàn tự nhiên để cho các tư tưởng và cảm xúc khác nhau trỗi dậy trong chúng ta. Nguyên nhân nào mà lại như vậy, lẽ dĩ nhiên, là một vấn đề triết lý. Theo triết lý Phật giáo, nhiều sự việc đó được trỗi dậy từ các thói quen quá khứ và sự nhân quả *karma*, hay *tiền kiếp*, là điều mang lại sự trỗi dậy theo xu hướng của một cá nhân về suy tư và cảm nghĩ. Dù thế nào đi nữa, thực tế là nhiều tư tưởng và nhiều sự cảm xúc khác nhau trỗi dậy trong chúng ta, và một khi chúng ta để mặc cho nó không giảo nghiệm và huấn luyện thuần thục nó sẽ mang lại những trở ngại không nói lên được, các sự khủng hoảng, khổ sở và đau đớn.

Đây là lý do tại sao chúng ta cần phải chấp nhận một kỷ luật có ý thức mà chúng ta đề cập trước đây: để giảm thiểu sức mạnh của sự cảm xúc âm tính như nỗi tức giận và lòng thù ghét, chúng ta cần phải khuyến khích các liều thuốc giải độc của nó, đó là tình thương yêu và lòng từ bi.

Nó vẫn chưa đủ để công nhận rằng nó chỉ đòi hỏi có thế, cũng như nó chưa đủ để chỉ ước mong tình thương yêu và lòng từ bi sẽ gia tăng trong chúng ta. Chúng ta phải tạo một sự cố gắng liên tục, tiếp tục và tiếp tục, để khai thác những khía cạnh dương tính trong con người của chúng ta, cái chìa khóa ở đây là sự làm quen thuộc liên tục. Sự tự nhiên về tính tư tưởng và cảm xúc của con người là điều mà khi con người càng tham dự vào, và càng mở mang nó lên, lại càng trở nên mạnh-mẽ hơn. Vì vậy chúng ta phải mở mang tình thương yêu và lòng từ bi để tăng cường sức mạnh nó lên. Chúng ta đang, trên thực tế, bàn về phương thức để mở mang những thói quen dương tính. Chúng ta làm việc này qua thiền định.

Thiền Định: Một Kỷ Luật Tinh Thần

Chúng ta hiểu thiền là cái gì? Từ quan điểm của Phật giáo, thiền là một kỷ luật tinh thần, và nó là điều cho phép chúng ta có vài mức độ kiểm soát về tư tưởng và cảm xúc của chúng ta.

Tại sao chúng ta không thành công trong việc thưởng thức niềm hạnh phúc vĩnh cửu chúng ta đang đi tìm? Và tại sao thay vào đó chúng ta thường quá phải đương đầu với sự khổ sở và đau đớn? Đạo Phật giải thích rằng tình trạng bình thường tinh thần của chúng ta là hoang dã và không nguyên tắc, và vì chúng ta thiếu kỷ luật tinh thần cần thiết để huấn luyện chúng, chúng ta không có quyền lực để kiểm soát chúng. Như hậu quả được mang lại, chúng kiểm soát chúng ta. Tư tưởng và cảm xúc, theo phiên của chúng, có khuynh hướng bị kiểm soát bởi những sự xúc động âm tính hơn là những xúc động dương tính. Chúng ta cần phải đổi ngược chu kỳ này, để những tư tưởng và những cảm xúc của chúng ta khỏi bị lệ thuộc vào sự xúc động âm tính, và vì thế chính chúng ta, như là những cá nhân, lấy lại được sự kiểm soát tinh thần của chúng ta.

Ý tưởng mang lại sự thay đổi căn bản trong chúng ta như vậy thoạt đầu có vẻ như không thể thực hiện được, tuy nhiên thật sự có thể thực hiện được điều này qua một tiến trình có kỷ luật như là sự thiền định. Chúng ta chọn một vật đặc biệt, và rồi chúng ta huấn luyện tinh thần của chúng ta bằng cách mở mang khả năng của chúng ta liên tục chú tâm vào vật ấy. Thông thường, nếu chúng ta chỉ lấy một thoáng nghĩ đến nó, chúng ta sẽ thấy rằng tinh thần chúng ta không được chú tâm vào nó một tí nào. Chúng ta có thể đang nghĩ đến vật gì đó và, tất cả bỗng nhiên, chúng ta thấy rằng chúng ta bị xao lãng vì một vật gì nào khác đã đến trong đầu chúng ta. Tư tưởng của chúng ta liên tục săn đuổi theo vật ấy và lý do là bởi chúng ta không có một kỷ luật để có được sự chú tâm. Cho nên, xuyên qua sự thiền định, điều mà chúng ta có thể thực hiện được là cái khả năng đặt để vị trí tinh thần của chúng ta và để tập trung sự chú ý theo ước muốn vào bất cứ một vật gì được mang lại.

Bây giờ lẽ dĩ nhiên, chúng ta có thể lựa chọn để chú tâm vào một vật âm tính trong việc thiền định của chúng ta. Nếu, thí dụ, quý vị bị mê-hoặc bởi một người nào đó, và nếu quý vị chỉ-duy-nhất chú tâm vào người ấy, và sống vào trong những phẩm chất đáng ao ước của họ, điều này sẽ có hiệu quả làm tăng sự đòi hỏi tình dục về người ấy. Nhưng đây không phải là những gì mà sự thiền mang đến. Từ quan điểm của Phật giáo, sự thiền phải được tập luyện để liên hệ đến một việc dương tính, bằng cách đó chúng tôi muốn nói đến một vật mà nó sẽ làm tăng cái khả năng chú tâm của quý vị. Xuyên qua sự quen thuộc ấy quý vị sẽ trở nên càng ngày càng gần gũi hơn với sự vật ấy và cảm giác được một ý nghĩa tính mật thiết ở trong ấy. Trong văn chương cổ điển Phật giáo loại thiền này được mô tả như là *shamatha*, sự ràng-buộc-tĩnh-mịch, tức là loại thiền chỉ-duy-nhất-nghĩ-đến-một-điểm.

Shamatha một mình nó không đủ. Trong Phật giáo, chúng tôi phối hợp sự thiền chỉ- duy-nhất-nghĩ-đến-một-điểm này với sự tập luyện về sự thiền phân tích, có nghĩa là *vipasyna*, sự nhìn-hướng-nội-xuyên-thấu. Trong sự tập luyện này chúng tôi áp dụng luận lý. Bằng cách nhận diện những sức mạnh và những yếu điểm của nhiều loại các cảm xúc và tư tưởng khác nhau, cùng với những lợi điểm và bất lợi điểm của chúng, chúng tôi có thể làm tăng tình trạng dương tính về tinh thần của chúng tôi để mang lại một ý nghĩa về yên tĩnh, sự tĩnh-mịch, và sự hài lòng, và làm giảm những thái độ và cảm xúc đem lại sự khổ đau và sự bất hài lòng. Sự suy luận vì vậy đóng một phần ích lợi trong tiến trình này.

Tôi cũng cần nói thêm về hai phương cách thiền mà tôi vừa đề cập đến, phương cách thiền duy-nhất-một-điểm và phương cách thiền phân-tích, là chúng nó không được phân biệt trên nền tảng rằng mỗi chúng nó lệ thuộc vào một loại vật khác nhau. Sự khác biệt giữa chúng nó do cách thức áp dụng, chứ không phải là đối tượng được lựa chọn.

Để làm sáng tỏ vấn đề này tôi sẽ dùng thí dụ việc thiền về tính vô thường. Nếu một người thiền vẫn tiếp tục chú tâm duy-nhất-vào-một-điểm về cái tư tưởng rằng mọi sự việc thay đổi từ giây phút này đến giây phút khác, đó là sự thiền duy-nhất-một- điểm, ở đó nếu một người thiền về tính vô thường bằng cách liên tục áp dụng, nhắm đến mọi sự vật mà người ấy gặp phải, những sự luận lý khác nhau liên quan đến bản chất thiên nhiên vô thường của sự vật, làm gia tăng sự quyết ý về bản chất vô thường xuyên qua tiến trình phân tích này, rồi người ấy tập luyện sự thiền phân tích về tính vô thường. Cả hai việc thiền dùng chung một sự vật, tính vô thường, nhưng cách thức áp dụng việc thiền khác nhau.

Tôi cảm nghĩ rằng cả hai loại thiền này đều thật sự được tập luyện hầu hết trong tất cả các truyền thống tôn giáo chính. Trong trường hợp ở Ấn độ vào thời cổ xưa, thí dụ, việc thực hành thiền duy-nhất-một-điểm và sự áp dụng thiền phân tích là chung cho tất cả các truyền thống tôn giáo chính, cả hai Phật giáo và không-Phật-giáo. Trong một cuộc đàm thoại với một người bạn Thiên Chúa giáo của tôi vào mấy năm trước đây, tôi được biết rằng trong Thiên Chúa giáo, và đặc biệt trong truyền thống Chánh giáo Hy lạp, có một sự thiền định tưởng mạnh-mẽ và với một lịch sử lâu đời. Và cũng tương tự, các Giáo sĩ Do Thái đã nói với tôi về những sự tập luyện huyền bí trong Do Thái giáo có liên hệ đến việc thiền duy-nhất-một-điểm.

Vì vậy người ta có thể liên kết cả hai loại thiền vào tôn giáo có niềm tin vào thượng đế. Một tín đồ Thiên Chúa giáo, thí dụ, có thể tham dự vào một sự định tưởng bằng cách phản chiếu về những sự huyền bí của thế giới, hoặc sức mạnh về ơn của Chúa, hoặc về những lý do khác nhau mà người ấy nhận thấy phấn khởi sâu đậm nhất và điều đó nâng cao niềm tin vào Đấng Sáng Tạo thiêng liêng của mình. Xuyên qua một tiến trình như vậy con người có thể đạt đến niềm tin được cảm-nhận-sâu-đậm vào Chúa, và họ có thể để tinh thần lắng nghỉ trong trạng thái đó và tiếp tục chú tâm duy-nhất-một-điểm vào Chúa. Trong phương pháp này, người tập luyện đạt đến sự thiền duy-nhất-một-điểm về Chúa qua một tiến trình phân tích, như vậy cả hai phương cách thiền đều hiện diện.

Các Trở Ngại Trong Việc Thiền

Sách điển Phật giáo đề cập đến bốn chướng ngại vật chính người ta phải vượt qua để việc thiền được thành công. Điều thứ nhất là sự phân tán hoặc sự chi phối tinh thần, nó nổi dậy ở cấp bộ thô sơ nhất của tinh thần và nói đến khuynh hướng về tư tưởng chúng ta bị rải rác. Trở ngại thứ hai là tính cùn lụt và tính buồn ngủ, hoặc là khuynh hướng buồn ngủ. Thứ ba là tính buông lỏng, có nghĩa là tinh thần chúng ta không thể lấy lại được sự sắc bén và sự trong sáng. Cuối cùng, ở mức độ uyên thâm hơn, có sự kích thích tinh thần, hoặc sự bén nhạy, tính tự nhiên có thể thay đổi về tinh thần của chúng ta.

Một khi tinh thần của chúng ta quá tỉnh táo thì ít sai lầm, nó trở nên dễ bị kích thích và dễ bị làm tức giận, và rồi tư tưởng của chúng ta chạy đuổi theo sau nhiều ý tưởng hay sự vật làm cho chúng ta bị dãn ra hoặc bị xuống tinh thần. Sự kích thích quá nhiều dẫn đến tất cả mọi tính tình và nhiều trạng thái cảm xúc. Đối nghịch trở lại, khi sự buông lỏng trồi dậy mang lại một ý nghĩa trì hoãn, cho nên nó cảm thấy hoàn toàn thú vị bởi vì nó ở trạng thái nghỉ ngơi. Mặc dù như thế, tuy nhiên, nó thật sự là một trở ngại cho việc thiền định. Tôi ghi nhận một điều rằng khi chim chóc và các động vật khác được cho ăn đầy đủ chúng hoàn toàn nghỉ ngơi và thỏa mãn, cho nên khi chúng ta nghe con mèo no đầy sung mãn ngáy khò-khò, chúng ta có thể nói nó đang ở trong trạng thái thả lỏng tinh thần.

Sự cùn lụt tinh thần xuất hiện ở một mức độ thô sơ hơn của tinh thần, ở đó sự buông lỏng tinh thần, có nghĩa như hậu quả của tính cùn lụt, được kinh nghiệm trên một mức độ thâm sâu hơn. Trên thực tế, người ta nói rằng nó thật khó cho người thiền phân biệt được giữa sự thiền chân thật và tính buông lỏng tinh thần. Nó như vậy là vì trong sự buông lỏng tinh thần còn có một mức độ tinh sáng. Quý vị chưa mất sự nhắm trọn vào việc chú ý của sự thiền, nhưng không có sự cảnh tỉnh. Cho nên mặc dù quý vị có một sự tinh sáng trong việc nhận định một sự vật, không có một sự sinh động trong tình trạng tinh thần như vậy. Đối với một người thiền đứng đắn, thật là quan trọng để có thể phân biệt giữa sự thả lỏng sâu đậm và sự thiền chân chính. Điều này quan trọng hơn tất cả bởi vì người ta nói rằng có nhiều mức độ buông thả tinh thần.

Loại trở ngại khác mà chúng ta nói đến là tình trạng tinh thần bị rải rác, bị phân tán, và điều này nói đến trở ngại tổng quát chính chúng ta gặp phải ngay khi chúng ta cố gắng để nhắm vào một vật đặc biệt nào đó. Chúng tôi thấy rằng tinh thần chúng ta bị mất rất nhanh cái sức mạnh về sự chú ý của nó, và bị chệch hướng và bị mang đi xa bởi những ý tưởng và ký ức có thể là thú vị hay bất thú vị. Điều trở ngại thứ tư, sư kích thích tinh thần, là một sự tiểu phân tán, nhưng nói đến một cách đặc biệt nhiều hơn đến sự phân tán có liên quan đến sự thích thú. Lý do chỉ định riêng rẽ điều này ra như là một loại riêng biệt vì các tư tưởng thú vị là những gì làm phân tán khỏi sự thiền định của chúng ta nhiều nhất. Chúng có thể là những sự gợi nhớ lại những kinh nghiệm trong quá khứ hoặc về một điều gì mà chúng ta đã thưởng thức, hoặc những tư tưởng về các điều mà chúng ta muốn được nếm mùi vị. Những kỷ niệm và những tư tưởng về các loại này thường là những yếu tố chính gây trở ngại cho việc thiền được thành công.

Trong số bốn trở ngại này, hai điều chính là sự phân tán và sự buông lỏng tinh thần.

Làm thế nào để chúng ta đương đầu với các trở ngại này? Tính cùn lũn, một cách đặc biệt, hình như được kết nối gần gũi với tình trạng thể chất của chúng ta, cho nên, thí dụ, nếu chúng ta bị mất ngủ chúng ta có thể kinh nghiệm tính cùn lũn. Nếu chúng ta không tuân theo một sự dinh dưỡng thích hợp, nói đến những gì chúng ta ăn hoặc phẩm chất chúng ta ăn, điều này cũng có thể mang lại tình trạng cùn lụt. Đây là lý do mà các thành viên được phong chức trọng thứ tự của tu viện Phật giáo không ăn sau buổi ăn trưa. Tránh việc ăn như thế này các tăng và ni có thể duy trì một sự trong sáng nào đó về tinh thần hướng dẫn đến sự thiền định, và họ sẽ còn có sự sắc bén tinh thần khi họ thức tỉnh dậy vào sáng hôm sau. Tính tình dinh dưỡng tốt là một liều thuốc giải độc rất hiệu nghiệm cho tính cùn lụt tinh thần.

Nếu chúng ta bây giờ trở về sự trở ngại của tính buông lỏng tinh thần, người ta nói rằng sở dĩ sự buông lỏng nổi lên trong sự thiền định bởi vì chúng ta không được tỉnh táo đầy đủ, và bởi vì năng lực của chúng ta thấp. Khi nào điều này xảy ra chúng ta phải tìm cách thức nào đó để nâng cao tinh thần chúng ta lên, và một trong những cách thức tốt nhất để làm điều này là triển khai một sự vui thú bằng cách phản ảnh về những sự thành công của chúng ta, hoặc về những phối cảnh dương tính của đời sống, và v.v.... Đây là liều thuốc giải độc chính của tính buông lỏng.

Nói một cách tổng quát, tính buông lỏng tinh thần được cho là một trạng thái trung hòa của tinh thần, trong ý nghĩa rằng nó không đạo đức cũng chẳng vô đạo đức (có nghĩa rằng, nó mang lại những tư tưởng và những hành động chẳng đạo đức cũng chẳng vô đạo đức). Tuy nhiên, vào lúc bắt đầu cuộc thiền tâm trí có thể bắt đầu ở trong trạng thái đạo đức. Thí dụ, người thiền có thể đang nhắm vào một điểm duy nhất về bản tính thiên nhiên tính vô thường của cuộc đời, và rồi, vào một thời điểm nào đó, người ấy mất đi tính cảnh giới của tinh thần chăm chú ấy và rơi vào tình trạng buông lỏng tinh thần. Vào lúc bắt đầu của buổi tập luyện, tuy nhiên, trạng thái của ông ta đầy đạo đức.

Sự kích động khi trạng thái tinh thần của chúng ta được quá nâng cao lên và chúng ta quá thích thú. Liều thuốc giải độc cho sự kiện này là tìm một cách thức nào đó mang trạng thái kích thích xuống đến một mức độ êm dịu hơn. Một phương cách là phản ảnh lên những tư tưởng và những ý kiến mà chúng có hiệu quả làm trầm tĩnh lại một cách tự nhiên, như sự chết và bản tính tự nhiên về sự chuyển biến của cuộc đời, hoặc khía cạnh bất thỏa mãn một cách căn bản của cuộc đời về sự hiện hữu của con người.

Những phương pháp này có thể áp dụng, lẽ dĩ nhiên, trong khuôn khổ của hầu hết các truyền thống tôn giáo chính. Thí dụ trong trường hợp các tôn giáo thờ phụng thượng đế, nếu người ta tìm thấy quá nhiều tính cùn lụt và tính xả lỏng tinh thần trong việc thiền của một người, người ta có thể nâng cao tình trạng tinh thần của người ấy lên bằng cách chiêm ngưỡng về ân huệ của Chúa, hoặc về bản chất thiên nhiên vĩ đại của lòng từ bi của Đấng Hiện Hữu Thần Linh. Những tư tưởng nay có thể tiêm nhiễm vào trong con người của quý vị một ý nghĩa về vui thú, và nâng cao tinh thần của quý vị ra khỏi tình trạng cùn lũn. Cũng tương tự, nếu có quá nhiều sự kích thích trong sự thiền của quý vị, thì hãy phản ảnh về việc làm thế nào để quý vị thường xuyên không sống đúng theo giới luật và lời dạy của Chúa, hoặc hồi tưởng lại những tội lỗi nguyên thủy, nó có thể mang lại tức khắc một ý nghĩa về một sự sỉ nhục sẽ dằn lại sự quá phấn khởi của quý vị. Trong cách thức này, các sự tập luyện có thể được tiếp nhận và phôi hợp vào trong các tôn giáo khác nhau.

Để tổng kết, chúng ta thấy rằng để có thể chống lại bốn trở ngại cho việc thiền định, và đặc biệt là hai trở ngại chính, sự phân tán và sự thả lỏng tinh thần, điều đòi hỏi là sự áp dụng khéo-léo hai khả năng tinh thần quan trọng: sự cẩn trọng tinh thần và sự tự-quan-sát-hướng-nội. Qua sự tự-quan-sát-hướng-nội chúng ta mở mang một sự canh phòng làm cho chúng ta thấy liệu, tại mỗi thời khắc, tinh thần của chúng ta bị ảnh hưởng của sự kích thích thái quá hay sự phân tán, và liệu nó đang chú tâm hay rơi vào trạng thái cùn lũn. Một khi chúng ta đã quan sát tình trạng tinh thần của chúng ta, tính hữu-ý thức cho phép chúng ta mang lại sự chú ý trở về với sự vật để thiền và vẫn tiếp tục chú tâm vào nó. Cho nên chúng ta có thể nói rằng sự tập luyện của tính hữu-ý thức là cái cốt chất của sự thiền định.

Dù hình thức nào của sự thiền mà quý vị luyện tập, điểm quan trọng nhất là áp dụng tính hữu-ý thức một cách liên tục, và phải làm một sự cố gắng nào đó. Thật là một điều không thực tế để kỳ vọng những hiệu quả từ việc thiền trong một thời gian ngắn. Điều đòi hỏi là một sự cố gắng liên tục nào đó.

Bỏ qua việc liệu cái ngôn từ thật sự có được dùng đến hay không, sự thiền có phân tích thực sự được áp dụng trong cuộc sống hằng ngày, trong hầu hết mọi nghề nghiệp. Hãy lấy thí dụ một người thương gia. Để thành công, người ấy phải có một khả năng phân tích bén nhạy tối trọng, khảo nghiệm tất cả mọi điều lợi và hại trong các cuộc thương lượng, và v.v..., cho nên dù người ấy có ý thức về nó hay không, người ấy đang áp dụng cùng chính những năng khiếu phân tích mà chúng ta dùng trong việc thiền định.

Một cách tổng quát, trong hai loại thiền, tôi muốn nói rằng chính sự thiền phân tích hình như có nhiều hiệu quả hơn trong việc mang lại sự chuyển hóa con tim và trí óc.

Thiên Nhiên Tính và Tính Liên Tục của Ý thức

Hàng đầu tiên của bài văn Tây Tạng *Tám Câu về Chuyển Hóa Tinh Thần* (xem phần phụ đính I), tiếng đầu tiên là "Tôi" (dag). Thật vô cùng quan trọng để hỏi chính mình một cách chính xác chúng ta hiểu gì về tiếng này. Để thực hiện điều này, chúng ta phải đặt những lời dạy của Phật Thích Ca vào trong một ý nghĩa rộng lớn về những truyền thống khác nhau của Ấn độ. Một điểm tách rời giáo lý Phật giáo ra khỏi những cổ truyền của Ấn Độ là phủ nhận tất cả mọi ý thức về một linh hồn vĩnh viễn hoặc là cái tôi, hay *atman*, được định nghĩa là một cái gì độc lập với thực tế tinh thần và thể chất của chúng ta, cái độc-nhất, không thay đổi và vĩnh viễn.

Tín đồ Phật giáo lý luận rằng điều ta gọi là cái tôi hoặc một người chỉ có thể được hiểu như là một phận sự của những yếu-tố-cấu-thành-tâm-vật-lý (psycho-physical constituents) (1). Đây là những "tập hợp" cùng nhau tạo nên sự hiện hữu của chúng ta. Nếu chúng ta khảo sát bản chất thiên nhiên của những tập hợp tinh-thần-thể-xác này, chúng ta thấy rằng chúng liên tục thay đổi, do đó cái tôi không thể nào không thay đổi; và chúng nó đa dạng và đa nguyên tố, cho nên cái tôi không thể độc-nhất. Chính vì trên nền tảng đó Phật giáo phủ nhận cái ý niệm về một linh hồn vĩnh viễn bất biến.

Vì tất cả các trường phái Phật giáo tiếp tục giữ vững rằng sự hiện hữu của cái tôi phải được hiểu như là một bộ phận của yếu-tố-cấu-thành về thể chất và tinh thần của một cá nhân, điều này có nghĩa là cái tôi không nên được xem như là cái tổng thể của cơ thể. Trong thực tế các trường phái Phật giáo thường định nghĩa cái tôi trong sự liên hệ với tính liên tục của ý thức.

Có một câu hỏi khác thường xảy ra liên hệ đến cái tôi. Cái tôi có sự bắt đầu và cái-cuối, hoặc không có đầu cũng chẳng cuối?

Một vài trường phái Phật giáo, chẳng hạn như trường phái Vaibhashika, hình như chấp nhận ý niệm rằng tính liên tục của cái tôi có thể đi đến một sự chấm dứt. Tuy nhiên, hầu hết các truyền thông vẫn giữ rằng nó không có sự bắt đầu cũng chẳng có sự chấm dứt, với trên những nền tảng rằng cái tôi được hiểu trong sự liên hệ tính liên tục của ý thức, và các trường phái Phật giáo một cách tổng quát nhấn mạnh rằng chúng ta không thể định vị trí sự bắt đầu của ý thức. Nếu chúng ta phải định vị trí của một sự bắt đầu cho ý thức, như vậy chúng ta phải chấp nhận một cái thoáng-chớp đầu tiên của ý thức tức là không có nguyên nhân gây ra và nó đã đến không phải từ đâu cả. Điều này mâu thuẫn với một trong những nguyên tắc của Phật giáo, đó là luật về nguyên nhân và hậu quả. Phật giáo chấp nhận bản tính thiên nhiên lệ thuộc của thực tế, theo đó mọi việc xảy ra như là hậu quả của sự cùng nhau đến của một số điều kiện và nguyên nhân, vì vậy nếu ý thức có thể đến để trở thành một hiện hữu không do một nguyên nhân, điều này sẽ đi nghịch lại cái nguyên nhân căn bản kia. Các tín đồ Phật giáo vì vậy nhận rằng mỗi sự hiện hữu-tức-thời của ý thức phải được sản xuất bởi những nguyên nhân và điều kiện của một cái gì đó. Trong nhiều nguyên nhân và điều kiện đang còn nghi vấn đó, cái nguyên nhân chính và thật sự của ý thức phải là một dạng thức của kinh nghiệm, bởi vì vật chất một mình chính nó không thể sản xuất ý thức. Ý thức phải đến từ một sự tiền hiện hữu-tức-thời của ý thức.

Cũng như vậy, nếu chúng ta cố gắng truy tầm nguyên thủy của thế giới vật chất, chúng ta thấy rằng, ít nhất từ quan điểm của Phật giáo, thế giới cũng không có sự bắt đầu. Qua sự phân tích, chúng ta có thể giảm thiểu một vật thể vật chất thành những yếu tố cấu thành của nó, rồi đến các phân tử của nó, các phần nguyên tử, và v.v..., nhưng ngay cả những vật này phải được sản xuất bởi những nguyên nhân và điều kiện của chính nó.

Cũng như tinh thần được cho là không có khởi điểm, cho nên nó cũng được cho là không có điểm chấm dứt, bởi lẽ không có gì làm nguy hại sự hiện hữu căn bản của khả năng để biết và kinh nghiệm. Một vài trạng thái của tinh thần, chẳng hạn những kinh nghiệm về nhạy cảm, được điều kiện hóa bởi cơ thể vật chất của chúng ta, và chúng có thể đi đến một sự chấm dứt khi những căn bản vật chất ngừng tồn tại, chẳng hạn, tại điểm của sự chết. Tuy nhiên, khi chúng ta nói đến sự liên tục của ý thức là không có điểm bắt đầu, chúng ta không nên giới hạn sự hiểu biết của chúng ta về ý thức vào cái mức độ tổng thể của sự hiện hữu. Thay vào đó, điều mà Phật giáo nói đến là mức độ sâu đậm của ý thức, đặc biệt điều mà chúng ta gọi là "thiên-nhiên-tính óng-ánh của tinh thần", và đây là điều mà chúng ta nói là liên tục và không có điểm cuối. Vì vậy chính điều căn bản này Phật giáo luận lý rằng cái tôi không có điểm khởi thủy cũng không điểm tận cùng.

Một cách tổng quát, khi người ta nghĩ đến ý thức họ có khuynh hướng cảm nhận rằng một loại gì đó của một vật thể đơn thuần gọi là "tinh thần." Tuy nhiên, nó không phải như vậy. Nếu chúng ta đâm vào một ít sâu hơn nữa, chúng ta sẽ thấy rằng điều chúng ta gọi "ý thức" thật sự nó bao hàm một thế giới đa dạng và phức tạp của nhiều tư tưởng, nhiều cảm xúc, nhiều kinh nghiệm nhạy cảm, và v.v....

Hãy để tôi giải thích điều này bằng cách nhìn vào phương thức chúng ta nhận diện sự vật. Để cho ý niệm có thể xuất hiện ra tất cả, một số điều kiện chắc-chắn phải hiện diện. Trong trường hợp một ý niệm khả thi, thí dụ, một vật ngoại lai phải đến đụng chạm với cơ quan của cơ thể, đôi mắt của chúng ta, để sản xuất một biến cố có thể nhận thấy được. Rồi phải có một điều kiện xa hơn cho phép cơ quan này cảm nhận để giao tiếp với vật thể theo một cách thức mà cái biến cố cho sự nổi lên tiến đến một sự công nhận. Lúc bấy giờ các nhà Phật giáo sẽ luận lý rằng tinh thần có một tính thiên nhiên sáng ngời căn bản mà đó chỉ là cái "dữ-kiện-thuần-túy" của kinh nghiệm và tính nhận biết, và chính sự liên tục này cho phép các năng khiếu tri thức nổi dậy từ sự tiếp xúc giữa các giác quan và các vật thể liên hệ của chúng. Hơn thế nữa, chính cái tính thiên nhiên sáng ngời căn bản này của tinh thần đi vượt quá sự hiện hữu tạm thời của một cuộc đời đặc biệt nào đó, vì nó duy trì một sự liện-tục không bị gián đoạn. Vì thế đây là những gì mà các nhà Phật giáo hiểu theo ý nghĩa đó như là "cái-thiên-nhiên-vô- khởi-điểm của ý thức" hoặc "tính liên tục của ý thức."

Như tôi đã đề cập trước đây, các nhà Phật giáo còn đề cập về thế giới vật chất như là hiện hữu trong một ý nghĩa nào đó không có sự bắt đầu. "Nhưng nó sẽ là cái gì về Cái Nổ Lớn?" quý vị có thể hỏi. "Phải chăng nó không phải sự bắt đầu của vũ trụ?" Đối với một người Phật giáo nó không thể được chấp nhận như là một cái bắt đầu thật sự của cái thế giới vật chất, và còn hơn nữa cho nó là lời giải đáp cho vấn đề của chúng ta thì nó sẽ gây nên nhiều câu hỏi hơn. Thí dụ, tại sao Cái Nổ Lớn bỗng dưng xuất hiện? Những điều kiện gì dẫn đến Cái Nổ Mạnh? Từ một quan điểm của Phật giáo, ngay cả thế giới vật chất cũng không thể được nói rằng nó có một sự bắt đầu tuyệt đối.

Tôi muốn nói ra một điều rằng khi chúng tôi nói thế giới không có khởi điểm, chúng tôi đề cập đến một mức độ rất thâm sâu "nguyên tử." Hơn thế nữa, nó đúng, lẽ dĩ nhiên, rằng một vũ trụ đặc biệt nào đó hoặc một hành tinh đặc biệt nào đó sẽ có một sự khởi đầu trong ý nghĩa rằng nó đi đến thành một hiện hữu vào một thời điểm đặc biệt nào đó, và tại một thời điểm nào khác nó sẽ ngưng sự hiện hữu. Khi chúng tôi nói thế giới vật chất không có khởi điểm, chúng tôi vì vậy đang nói về cái vũ trụ như là một toàn thể nguyên vẹn.

Vì vậy tất cả những điều này chỉ dẫn chúng ta trở về nguyên tắc căn bản của nguyên nhân và hậu quả. Để chúng ta có thể thưởng thức hoàn toàn nguyên tắc này người ta phải chấp nhận tính thích hợp cả hai phương diện về mức độ nhỏ của những biến cố cá nhân và trên mức độ rộng lớn hơn. Lý do giáo lý Phật giáo nhấn mạnh về sự quan trọng của nguyên nhân và hậu quả không phải bởi vì nó là một luật về thần thánh, nhưng thay vào đó nó cung cấp một sự hiểu biết sâu đậm hơn về thiên nhiên tính của thực tại. Tại sao các nhà Phật giáo đi đến kết luận này? Bởi vì chúng tôi biết từ kinh nghiệm của chúng tôi, và xuyên qua sự quan sát, rằng sự vật và biến cố không xuất hiện lên một cách vô chừng. Chúng tuân theo một mệnh lệnh nào đó. Có một sự liên quan nào đó giữa những sự kiện đặc biệt và những nguyên nhân và điều kiện đặc biệt. Thêm vào đó, sự vật không xảy đến mà không có một nguyên nhân nào cả. Một khi chúng ta loại trừ hai sự khả hữu của sự hiện hữu vô thường và tính không-có-nguyên-nhân, chúng ta bị cưỡng bức phải chấp nhận sự khả thi thứ ba, tức phải có một nguyên tắc căn bản của sự nguyên-nhân-tạo-hành-động ở một mức độ căn bản.

Quý vị có thể thắc-mắc tại sao sự hiểu biết về nguyên nhân và hậu quả này là vô cùng quan trọng đối với một người tu tập Phật giáo. Lý do là bởi vì Phật giáo đặt một sự nhấn mạnh kinh khủng về sự chuyển hóa trí óc và con tim, và về việc mang lại một sự thay đổi nội tâm trong phương cách về sự hiện hữu và sự hiểu biết của chúng ta. Hơn thế nữa, trong Phật giáo, những phương pháp chiêm nghiệm, thiền định và chuyển hóa về tinh thần phải được đặt nền tảng trên một vật nào đó hiện hữu trong thực tại. Nếu thực tại không hòa hợp với sự tập luyện thiền định, không có nền tảng thực tế để kỳ vọng một sự tiến bộ nào trong việc mở mang con người. Bởi vì thế cho nên bằng cách triển khai sự hiểu biết cái thiên nhiên tính của thực tại, và xuyên qua sự phong phú hóa và mở mang sự hiểu biết ấy, chúng ta có thể bắt đầu áp dụng những nguyên tắc thiền cho chúng ta và mang lại một sự chuyển hóa nội tâm.

Trong Phật giáo, một số tập luyện nào đó phải được tuân theo để chống lại một số trở ngại đặc biệt. Thí dụ, có những sự thiền được sáng chế để giảm sự căng thẳng về sự đòi hỏi dục tính và các sự hệ lụy của một cá nhân nào đó. Chúng ta có thể hình dung toàn diện bề mặt của Trái Đất bị chất đầy bởi nhiều bộ xương người, thí dụ. Những sự thiền như vậy được tập luyện một cách cố tình để vượt qua một số loại đặc biệt của trở ngại, nhưng trong những trường hợp này không cách nào tin rằng sự hình dung hóa nói lên cái thực tế. Người ấy hoàn toàn biết rằng hình ảnh đặc biệt này cố tình được triển khai như là một phương tiện để đương đầu với một số cảm xúc nào đó.

Một cách tổng quát, Phật giáo nhấn mạnh sự quan trọng của việc mở mang một sự hiểu biết có luận lý trong việc liên hệ đến vấn đề được lựa chọn theo nhu cầu đòi hỏi. Điều này được thực hiện trên một khuôn viên đơn giản rằng gia tăng sự hiểu biết của chúng ta về sự vật sẽ có một hậu quả dương tính đối với con tim và trí óc của chúng ta, và bằng cách phong phú hóa sự hiểu biết và kiến thức của chúng ta rằng sự biến đổi thật sự xảy ra. Nhiều mức độ cao siêu về sự hình dung hóa tinh thần vì vậy được cho là kết quả của kiến thức, sự minh mẫn, và sự hiểu biết. Đó là lý do tại sao việc mở mang sự thông-tuệ được xem là một yếu tố thật quan trọng trong lối đi tinh thần như là một tổng thể toàn diện.

Tôi đã đề cập trước đây rằng chính vì căn bản thực tế của cuộc đời mà tất cả chúng ta một cách tự nhiên và một cách bẩm sinh ước muốn để được hạnh phúc và vượt qua mọi sự đau khổ. Sự ước nguyện để được hạnh phúc là căn bản cho tất cả chúng ta. Nếu phải hỏi tại sao như vậy, có lẽ chúng ta chỉ có thể nói: "Nó là như vậy đó." Mặc dầu tất cả chúng ta có sự phấn khởi tự nhiên này, tuy nhiên, và mặc dù điều chúng ta mong mỏi là hạnh phúc, nó cũng là một sự kiện tự nhiên rằng lại lần nữa và lần nữa chúng ta trải qua những kinh nghiệm đau đớn và đương đầu với sự khổ đau bởi nhiều loại. Vậy thì tại sao lại thế? Tại sao, mặc dầu ước muốn sâu đậm của chúng ta để được hạnh phúc, phải chăng chúng ta bị phải liên tục đương đầu với sự khổ sở và niềm đau đớn?

Từ quan điểm của Phật giáo, lý do là chúng ta có một vài phương cách bị hư hỏng về cái nhìn và sự liên hệ với chúng ta và đối với thế giới. Từ cội rễ của vấn đề này Phật giáo nhận diện như là bốn quan điểm sai lầm. Điều đầu tiên là nhìn sự vật và các biến cố trong thực tế vốn vô thường và ngắn-ngủi, như là bất diệt, vĩnh viễn và không thay đổi. Điều thứ hai là nhìn sự vật và các biến cố vốn là cội nguồn thật sự của sự bất mãn và đau khổ như là thú vị cũng như cội nguồn chính của hạnh phúc. Cái nhìn thứ ba sai lầm là chúng ta thường có khuynh hướng quán xuyến các sự vật như là sự mong muốn và nguyên chất mà trong thực tế lại là không nguyên chất. Và cái nhìn sai lầm thứ tư là khuynh hướng của chúng ta phản chiếu một ý thức về sự hiện hữu thật sự lên trên những biến cố và sự việc mà trong thực tế lại thiếu tất cả cái tính tự chủ đó.

Những cái nhìn sai lầm căn bản về thực tại dẫn đến một số cách thức sai lầm về sự liên hệ với thế giới và về chính mình. Trên nền tảng của tính năng động này, Phật giáo tạo dựng thành những gì gọi là Tứ Triện Son, một bộ nguyên lý phổ thông cho tất cả các trường phái Phật giáo.

"Tứ Triện Son" này là:

1. Tất cả các hiện tượng tổng hợp đều vô thường.
2. Tất cả các hiện tượng bị ô nhiễm đều bất thỏa mãn.
3. Tất cả các hiện tượng đều trống vắng sự tự tồn.
4. Niết bàn là hòa bình chân thật.

1. Tất cả các hiện tượng tổng hợp đều vô thường.

Một trong những sự minh mẫn của Phật giáo là sự hiểu biết rằng tất cả các sự vật đều vô thường; đây là điều thứ nhất của Bốn Triện Son. Cái điểm ở đây là tất cả sự vật đến từ các nguyên nhân và các điều kiện đều là vô thường, và là đang ở trong một tiến trình biến đổi liên tục.

Khi đề cập đến mức độ tổng thể của sự vô thường, tất cả chúng ta đều biết làm sao một số vật chất nào đó đi đến chỗ tận cùng, làm sao các sự vật đi qua tiến trình thay đổi, và v.v.... Nhưng Phật giáo sẽ đặt vấn đề này một cách sâu xa hơn, và lý luận rằng dưới nền tảng của sự thay đổi có thể nhận thấy được mà chúng ta có thể quan sát, phải có một mức độ sâu đậm hơn của sự thay đổi, một tiến trình có thể không được hiển nhiên. Nếu chúng ta chú trọng vào những sự thay đổi có thể quan sát được mà chúng xảy ra trong một khoảng thời gian lâu dài, chúng ta phải, theo nguyên tắc, có thể truy tầm cái tiến trình ấy xuống tận những đơn vị thời gian nhỏ nhất có thể nhận biết được. Rồi thì, một cách có luận lý, ngay cả trong một điểm thời gian nhỏ có một tiên trình liên tục và năng động. Mọi sự vật đều đang xuyên qua tiến trình tinh tế này của sự thay đổi, ngay cả từ một giây lát này đến giây lát khác. Vì vậy chúng ta có thể lý luận rằng mọi sự vật hiện hữu như là hậu quả của những nguyên nhân và những điều kiện, bởi luật thiên nhiên, đều vô thường. Nói cách khác, bất cứ một sự vật gì bị điều kiện hóa đều phải chỉ là tạm thời.

Một khi quý vị hiểu được điểm căn bản này quý vị có thể bắt đầu thấy rằng niềm hạnh phúc mà tất cả chúng ta đều phấn khởi để thực hiện, và sự khổ đau mà tất cả chúng ta muốn tránh ngay từ khởi thủy, chính chúng nó đều là những kinh nghiệm do hậu quả của những nguyên nhân và những điều kiện. Chính cái rất thực tế này cho thấy rằng mặc dầu, thí dụ, quý vị bây giờ có thể đang trải qua một kinh nghiệm đau đớn, hoặc ngay cả một sự đau khổ trầm trọng, một sự kiện rất thực tế rằng kinh nghiệm của quý vị bị điều kiện hóa có nghĩa rằng nó sẽ trôi qua. Trong cách thức này chúng ta đi đến nhận thức rằng cả hai điều hạnh phúc và khổ đau đều bị bắt buộc phải thay đổi và đều vô thường. Trong những ý nghĩa về thiên nhiên tính tạm thời của chúng, rồi thì, có một sự đồng đẳng giữa hạnh phúc và sự khổ đau.

2. Tất cả các hiện tượng bị ô nhiễm đều bất thỏa mãn.

Điểm triện son thứ hai cho thấy sự khác biệt giữa hạnh phúc và sự khổ đau, và là những trạng thái mà tất cả các hiện tượng bị ô nhiễm căn bản đều là bất thỏa mãn. Sự ám chỉ của nó là đối với những sự vật hiện hữu không phải do những nguyên nhân ô nhiễm có thể làm thỏa mãn và làm phong phú. Khi chúng tôi nói về những hiện tượng ô nhiễm trong khuôn khổ bài này, chúng tôi muốn nhắm đến những biến cố và những kinh nghiệm đến dưới sức mạnh của những sự bốc đồng âm tính, hoặc những tư tưởng và những cảm xúc gây tổn thương; chúng được gọi là "bị-ô nhiễm" bởi vì chúng nó bị làm bẩn do các vật ô nhiễm của tinh thần. Đây là tại sao chúng là căn bản bất thỏa mãn, và tại sao thiên nhiên tính của chúng nó được cho là *duhkha*, hay sự khổ đau.

Nguyên lý thứ hai này không phải chỉ đơn thuần nói đến những cảm khoái vật chất mà chúng ta đã mặc nhãn hiệu cho chúng như là đau đớn và khổ sở. Lẽ dĩ nhiên, điều ước mong để được tự do khỏi đau khổ là chung cho tất cả chúng ta, nhưng có những cách thức khác nhau để hiểu đau khổ là cái gì, tùy vào mức độ nhận biết của mỗi người. Khi các nhà Phật giáo nói về việc vượt qua sự đau khổ, đặc biệt trong khuôn khổ của cái triện son thứ hai, chúng tôi muốn nhắm đến cái mức độ tinh túy của của sự đau khổ. Đối với những ai đã quen thuộc với cách thức Phật giáo xếp hạng các loại khác nhau về khổ đau sẽ biết rằng ba cấp bộ được nhận diện: sự đau khổ của sự đau khổ, sự đau khổ của sự thay đổi, và sự đau khổ của việc điều kiện hóa có thẩm-thấu. Chính cái cấp bộ thứ ba này của sự đau khổ là điều mà chúng ta đang phải đương đầu trong cái triện son thứ hai.

Như tôi đã đề cập đến, điều ám chỉ của nguyên lý thứ hai này là nếu chúng ta được tự do khỏi những ô-nhiễm-tố tinh thần, thì chúng ta có thể đạt được cái vĩnh viễn, niềm hạnh phúc chân chính mà chúng ta trông mong đến. Câu hỏi là, tại sao cái thiên nhiên tính của những ô-nhiễm-tố" là những cái mà chúng mang lại một kinh nghiệm đặc biệt về sự đau khổ? Và có thể nào vượt qua được những ô-nhiễm-tố này, những tư tưởng và cảm xúc âm tính này không?

Những ô-nhiễm-tố tinh thần, hay những tư tưởng và cảm xúc gây tổn thương, được nói đến như là một lớp toàn vẹn của những tư tưởng và những cảm xúc gây tổn thương do bởi thiên nhiên. Theo ngữ nguyên học Tây Tạng tiếng nyon-mong cho thấy một điều gì gây tổn thương cho chúng ta từ bên trong, "sự làm tổn thương" có nghĩa rằng nó gây ra sự khổ sở và sự đau đớn. Cái điểm ở đây là tại cội rễ của tất cả các sự khổ sở của chúng ta, ở một mức độ sâu đậm nhất, chứa đựng những sự gây thương tích của tinh thần - những sự bốc đồng âm tính, những tư tưởng và những cảm xúc âm tính, và v.v.... Điều này cho thấy rằng cái cội rễ của sự khổ đau nằm bên trong chúng ta, và cái cội rễ của hạnh phúc cũng nằm bên trong chúng ta. Sự sáng suốt chính chúng ta rút từ điều này là mức độ trong đó chúng ta có thể đặt kỷ luật cho tinh thần của chúng ta là điều quyết định hoặc chúng ta hạnh phúc hoặc chúng ta đau khổ. Một trạng thái có kỷ luật của tinh thần, một tình trạng được chuyển hóa tinh thần của tinh thần, dẫn đến hạnh phúc, trong khi đó một trạng thái không có kỷ luật của tinh thần nằm dưới sức mạnh của những sự gây thương tích, dẫn đến sự khổ đau.

Chúng ta bây giờ có thể tổng hợp với nhau tất cả những sự thưởng ngoạn của chúng ta về hai triện son đầu tiên. Từ cái triện son thứ nhất, rằng tất cả những hiện tượng tổng hợp đều vô thường, chúng ta đã được thông suốt rằng tất cả sự vật hiện hữu như là kết quả của những nguyên nhân và những điều kiện thì không những chỉ lệ thuộc vào những yếu tố khác để tồn tại, nhưng cũng tồn tại trong tiến trình của sự thay đổi liên tục với không một sức mạnh thật sự để đứng vững một mình trên chính nó. Hơn thế nữa, tiến trình của sự thay đổi tự nó không đòi hỏi bất cứ một yếu tố thứ ba nào khác để đưa nó vào trong sự chuyển động; đúng hơn, các nguyên nhân và các điều kiện tạo ra sự khởi nguồn của một sự vật chính là những nguyên nhân và những điều kiện cũng chính chúng trồng hạt giống cho sự đình chỉ. Để tổng kết, bất cứ cái gì bị điều kiện hóa đều thiếu mọi quyền độc lập của chính nó; chính bởi vì vậy nó được gọi là sự "được-tạo-quyền-lực-bởi-tha-nhân," và được xác quyết bởi những lực khác hơn là chính nó. Bây giờ, nếu chúng ta tổng hợp sự thông suốt đó với cái triện son thứ hai, chúng ta nhận thấy rằng mọi sự vật hiện hữu như là kết quả của những nguyên nhân và những điều kiện bị ô nhiễm - những ô-nhiễm-tố" tinh thần - đều hoàn toàn bất thỏa mãn, và nằm dưới quyền lực của các ô-nhiễm-tố.

Bằng cách phản ảnh theo cách thức này, chúng ta đi đến việc nhận định cái sự thật rằng chúng ta cho phép chính chúng ta bị cai trị và kiểm soát bởi các tư tưởng và các cảm xúc của chúng ta và, hơn thế nữa, rằng chúng ta cho phép các tư tưởng và các cảm xúc của chúng ta được xác quyết bởi những sự bốc đồng âm tính của chúng và những sự gây thương tích khác của tinh thần. Chúng ta vì vậy bắt đầu nhận ra rằng nếu chúng ta tiếp tục cho phép những hoàn cảnh này xảy ra, nó chỉ có thể dẫn đến sự đau thương và khổ sở. Bằng cách suy nghĩ dọc theo những con đường này, chúng ta sẽ đi đến để thấy rằng những cảm xúc và những tư tưởng gây tổn thương của chúng ta như là những lực hủy hoại thật sự.

Bất cứ điều gì mang lại tai họa hoặc điều nguy hại nên được gọi là kẻ thù, vì thế điều này có nghĩa rằng kẻ thù tối hậu thì thật sự nằm bên trong chính chúng ta. Điều này làm cho sự việc trở nên khó khăn! Nếu kẻ thù của chúng ta ở ngoài kia, bên ngoài, chúng ta có thể bỏ chạy hoặc trốn. Chúng ta ngay cả có thể lừa bẩy nó một lúc nào đó. Nhưng nếu kẻ thù ở bên trong chúng ta, thật là khó để biết phải làm gì. Vì vậy câu hỏi nghiêm trọng đối với một người tập luyện tinh thần liệu có thể nào kẻ nội thù nầy bị vượt qua. Điều này cũng là một thử thách chính của chúng ta.

Nếu đây là trường hợp đó, như đã được đề nghị bởi vài triết gia cổ điển, rằng những ô-nhiễm-tố nằm bên trong cái rất thiên nhiên của ý thức chính nó, và chúng không thể tách rời nó, rồi thì cho đến ngày nào ý thức tồn tại những ô-nhiễmtố này sẽ tồn tại như là một tính chất cần thiết của tinh thần chúng ta. Điều này ám chỉ rằng không có một sự khả dĩ nào vượt qua chúng nó được. Nếu điều này đúng, tôi thà làm một kẻ theo khoái lạc chủ nghĩa. Tôi sẽ không làm một sự cố gắng nào để đi theo con đường tinh thần mà sẽ đi tìm sự an ủi trong con men rượu, hoặc có thể vài loại vật chất nào khác, và quên hoàn toàn ý tưởng về sự huấn luyện tinh thần. Cũng nữa, tôi sẽ không phiền toái để dự phần vào những vấn nạn châm chích triết lý này. Có thể, sau cùng tất cả, đó là cách thức tốt nhất để được hạnh phúc. Nếu quý vị so sánh con người với loài vật, thí dụ, đôi lúc con người chúng ta bị nhồi đầy ắp sự tưởng tượng và suy tư của chúng ta rằng chúng ta tạo ra những sự phức tạp của chúng ta, trong khi loài vật không tự nhún mình vào trong những sinh hoạt tinh thần mà có thể hoàn toàn thỏa mãn, bình thản, và nghỉ ngơi. Chúng ăn, và khi chúng được cho ăn đầy đủ, chúng nằm ngủ, và rồi chúng xả hơi. Từ một điểm nhìn này hình như chứng bằng lòng nhiều lắm hơn chúng ta. Câu hỏi này đưa chúng ta đến cái triện son thứ ba.

3. Tất cả các hiện tượng đều trống vắng sự tự tồn.

Nguyên lý thứ ba, tất cả các hiện tượng đều trống rỗng và trông vắng sự tự tồn, không nên được hiểu một cách hư vô. Quý vị không nên hiểu rằng giáo lý Phật giáo dạy rằng, trong phần phân tích cuối cùng, không có sự vật gì tồn tại. Trường hợp này không phải, bởi vì trong thực tế chúng ta đang nói về sự khổ đau, về hạnh phúc, và về những phương tiện tốt đẹp nhất nhằm làm thỏa lòng mong ước sự phấn khởi của chúng ta để được hạnh phúc và vượt qua nỗi khổ đau, vì vậy chắc-chắn chúng ta không nói rằng không có gì tồn tại. Điều gì triện son thứ ba chỉ đến đúng hơn là có một sự khác biệt giữa sự nhận biết của chúng ta về thế giới và về chính chúng ta, và cách thức sự vật hiện hữu. Sự vật không tồn tại trong một cách thức mà chúng ta có khuynh hướng tin tưởng rằng chúng tồn tại như thế, như là một thực tại độc lập, khách quan bên ngoài ấy.

Để có thể giải thích câu hỏi liệu những cảm xúc âm tính chẳng hạn như nỗi tức giận, sự hận thù, và v.v..., thật sự sống trong cái cốt lõi thiên nhiên tính của tinh thần chúng ta, chúng ta khảo sát chính chúng ta và kinh nghiệm của chúng ta. Nỗi tức giận có hiện hữu trong mọi khoảnh khắc của trạng thái ý thức của chúng ta? Có nỗi hận thù nào hiện diện một cách liên tục, bất tận với thời gian? Chúng ta thấy rằng chúng không có như vậy. Đôi lúc nỗi tức giận nổi lên, đôi lúc lòng hận thù nổi lên, và rồi chúng tan biến. Nó cũng không đúng là bất kể khi nào ý thức hiện diện thì những cảm xúc âm tính hiện diện. Nỗi tức giận và lòng hận thù có nổi lên, nhưng đôi lúc những điều nghịch đảo của chúng lại nổi lên, sự thương yêu và lòng từ bi, nổi lên thay vào đó. Phật giáo suy luận từ điều này rằng cái ý thức căn bản bị phủ mây bởi bất cứ tư tưởng và cảm xúc nào xuất hiện vào mỗi giây lát hiện hữu. Chúng tôi cũng nhấn mạnh một điểm rằng hai cảm xúc nghịch đảo một cách hỗ tương, như tình yêu thương một bên và sự hận thù bên kia, không thể nào cùng-nhau-tồn-tại vào cùng một thời khắc trong một người. Điều này ám chỉ rằng nhiều tư tưởng và nhiều cảm xúc khác nhau xuất hiện trong tinh thần của chúng ta vào những giây lát khác nhau, có nghĩa rằng những cảm xúc âm tính của chúng ta không sống trong chúng ta suốt-bất-tận-thời-gian, những bộ-phận-bất-khả-phân trong tinh thần chúng ta. Đây là lý do tại sao chúng ta nói rằng những tư tưởng và những cảm xúc nổi lên và làm giăng mây cái tinh thần căn bản của chúng ta. Chúng ta vì vậy công nhận rằng cái tinh thần căn bản là trung lập; nó có thể bị ảnh hưởng bởi những tư tưởng và cảm xúc dương tính, hoặc, mặt khác, bởi những điều âm tính. Vì vậy có những vùng đất cho hy vọng.

Bây giờ, trên nền tảng của tất cả những luận lý này, câu hỏi lớn chúng ta phải quay trở lại là liệu những cảm xúc gây tổn thương có thể được loại trừ hay không.

Chúng ta đã thấy trước đây rằng sự thay đổi và sự biến hóa là khả thi bởi cái đạo đức của tính vô thường, có nghĩa rằng thật sự có cái khả thi của việc vượt qua những cảm xúc và tư tưởng âm tính. Tuy nhiên, câu hỏi rộng lớn và căn bản hơn là liệu rằng có thể loại trừ một cách hoàn toàn những ô-nhiễm-tố' này của tinh thần. Tất cả các trường phái Phật giáo lý luận rằng nó có thể, và trên thực tế, trong nhiều bài dạy Phật giáo, chúng tôi tìm thấy một sự thảo luận rất sâu đậm về thiên nhiên tính của những sự gây tổn thương này, cái tiềm năng hủy hoại của chúng, những nguyên nhân và hậu quả của chúng, và v.v.... Cái cốt lõi của những sự thảo luận này nên được hiểu trong sự liên hệ đến sự toan tính loại bỏ tất cả những sự bốc đồng âm tính.

Chúng ta có thể, lẽ dĩ nhiên, nói về Phật Pháp (Dharma) trong khuôn khổ đạo đức, và nói về việc tránh giết chóc, tránh nói láo, và v.v..., và nói về việc tham dự vào các hoạt động đạo đức. Tuy nhiên, đây là cái Phật Pháp Dharma trong một ý nghĩa rất tổng quát của lời nói, vì những chỉ dẫn đạo đức không đặc biệt độc nhất đối với những lời dạy của Phật giáo. Sự hiểu biết về sự tập luyện tinh thần độc nhất đối với Phật giáo nằm trong tính khả hữu của việc làm ngưng động toàn thể những sự bốc đồng âm tính này. Đây gọi là niết-bàn -- sự giải tỏa hoàn toàn khỏi, và sự ngưng động của những sự gây tổn thương của tinh thần. Chúng ta có thể nói niết-bàn là cốt lõi của Buddha- Dharma.

Đối với những người tu hành Phật giáo, tất cả mọi khía cạnh tu luyện Dharma phải được hiểu trong ánh sáng của mục đích tinh thần tối hậu này để đạt được cái tự do khỏi bị những ô-nhiễm-tố của tinh thần. Điều này cũng áp dụng vào đạo đức, những sự tu luyện đạo đức là những bước đi hướng đến mục đích của sự giải phóng. Vì mục tiêu tối hậu của Phật giáo là để tẩy sạch tất cả những cảm xúc và những tư tưởng âm tính mà chúng mang lại những hành động âm tính, sự cố gắng của người tu luyện làm dẫn đạo một phương cách đạo đức của cuộc đời chứng tỏ sự thệ nguyện của người ấy về việc cư xử với những tư tưởng và cảm xúc âm tính. Mức độ đầu tiên của sự cố gắng này là giảng giải những sự phát biểu về cá sự gây tổn thương này, một cách chính danh là tính tình qua khẩu lợi và vật chất.

Khi chúng ta phân tích cái thiên nhiên tính của những cảm xúc và tư tưởng gây tổn thương của chúng ta, chúng ta thấy rằng nền tảng của tất cả các kinh nghiệm này là một loại phản chiếu nào đó của tinh thần chúng ta, vài sự tưởng tượng, mà chúng xuất hiện một cách không trật tự hoặc có hay không có nền tảng chính đáng. Thí dụ, đối với một vật thể mà chúng ta cho là cần thiết chúng ta sẽ nhận thấy một vài phẩm chất cần thiết nào đó và chúng ta có thể phóng đại chúng qua sức mạnh của sự tưởng tượng của chúng ta. Rồi thì chúng ta có khuynh hướng sống lên trên chúng nó và chịu nhượng bộ trong chúng nó, tất cả những điều đó dẫn đến việc mở mang một sự lệ thuộc với vật mong muốn đó. Cũng tương tự, khi chúng ta phải đương đầu với những sự vật không cần thiết, chúng ta lại một lần nữa phản ảnh một số tính chất và những sự khả hữu lên trên chúng mà nó vượt quá ra ngoài thực tại thật sự, và như là một hậu quả chúng ta sẽ cảm thấy bị đẩy ngược lại và muốn tháo chạy khỏi chúng. Đây là những động lực căn bản trong sự điều hành khi chúng ta giao tiếp với sự vật; hoặc chúng ta cảm thấy bị lôi cuốn hoặc bị xua đuổi. Những động lực này dẫn đến tất cả những loại khác về sự phản ứng tình cảm mà chúng ta mang, phải đối với các biến cố và các sự vật. Vì thế có một tính năng động trong cái tiến trình, nền tảng của nó là một sự dính liền mạnh-mẽ vào các sự vật, hoặc sự dính liền đó được mô tả qua sự ước muốn hay qua sự xua đuổi. Điều này mang đến tất cả những sự gây tổn thương cho chúng ta.

Trong nhiều trường phái Phật giáo khác nhau có nhiều sự hiểu biết khác nhau về thiên nhiên tính của những sự gây tổn thương này và điều tạo chúng ra, tùy vào các quan điểm liên hệ của họ về thiên nhiên tính của thực tại. Hình như những trường phái Phật giáo tân tiến nhiều hơn về triết lý có một sự hiểu biết sâu đậm hơn về các sự gây tổn thương của chúng ta. Thí dụ, vị đại sư Ấn Độ Nagarjuna nói rằng Niết-bàn phải được hiểu như là cái tự do khỏi những sự gây tổn thương tinh thần và khỏi những hành động có tính cách tiền kiếp nổi dậy. Cái nhận thức sai lầm về thực tại ở đây nhắm đến sự nhận thức các sự vật và các biến cố như là việc thưởng thức sự hiện hữu đầy khách quan, thực tế, độc lập.

Theo Nagarjuna, sự thông suốt vào bên trong tính trống rỗng là điều thật sự xua đuổi tính bướng-bỉnh căn bản hay sự nhìn sai này về thế giới, cho nên điểm này liên hệ trực tiếp đến nguyên lý thứ ba này: rằng tất cả các hiện tượng đều trống rỗng và thiếu tính hiện hữu cố hữu. Nguyên lý này nói cho chúng ta rằng mặc dầu sự nhận thức thông thường của chúng ta dẫn chúng ta đến việc tin tưởng rằng sự vật là vĩnh viễn và thực tế, qua sự phân tích chúng ta thấy rằng trên thực tế chúng thiếu các phẩm chất này. Chúng ta vì vậy khám phá rằng mọi nhận thức gợi ý rằng sự vật tồn tại một cách cố' hữu và một cách độc lập là một sự nhận thức sai lầm, và rằng chỉ có sự thông suốt vào bên trong tính trống rỗng có thể cắt ngang qua sự nhận thức sai này và loại trừ nó. Nhiều tư tưởng và cảm xúc âm tính mọc rễ trong cách thức sai lầm về sự nhận thức thực tại sẽ vì vậy bị loại trừ khi sự thông suốt này được sản xuất, và khi chúng ta thấy xuyên qua sự nhận thức của chúng ta và công nhận chúng là sai lầm.

Chúng ta bây giờ có thể tổng kết tất cả những điểm này bằng cách thức sau đây. Bởi phương cách của sự phản ảnh cá nhân, chúng ta đi đến việc nhận ra rằng cái tinh thần căn bản, hay cái thiên tính của ý thức, là trung hòa; nó không âm tính cũng chẳng dương tính. Chúng ta cũng tìm thấy rằng nhiều tư tưởng và cảm xúc âm tính của chúng ta có cội rễ trong phương cách sai lầm một cách căn bản về sự hiểu biết thực tại của thế giới và chính chúng ta. Rồi chúng ta tìm thấy rằng sự thông suốt vào trong tính trống rỗng chống lại sự nhận thức sai lầm đó. Hơn thế nữa, chúng ta nhận ra rằng những cảm xúc âm tính một mặt, và sự thông suốt bên mặt kia, trực tiếp chống lại nhau: sự khác biệt giữa chúng nó là sự thông suốt có nền tảng, và được-trợ-giúp, kinh nghiệm và luận lý có căn bản, trong khi những điều âm tính không có nền tảng chính đáng dù cả luận lý hoặc kinh nghiệm. Cho nên, bằng cách mang tất cả những điểm này lại với nhau, chúng ta mở mang một ý nghĩa rằng bằng cách triển khai sự thông suốt vào trong tính trống rỗng nó có thể loại trừ tất cả những sự gây tổn thương tinh thần của chúng ta.

4. Niết-bàn là sự hòa bình chân thật.

Triện son thứ tư chỉ đến một sự kiện rằng cái thiên nhiên tính cốt yếu của tinh thần là nguyên chất và chói lọi. Những nhận thức sai lầm, và những tư tưởng và những cảm xúc âm tính, không sống được trong thiên nhiên tính cốt yếu của tinh thần. Với sự kiện rằng những sự gây tổn thương mọc rễ trong sự nhận thức sai lầm, có một phương thuốc giải độc có thể loại trừ chúng: đây là sự thông suốt vào bên trong tính-trốngkhông của tất cả các sự vật, hoặc sự nhận thức đúng về thực trạng. Vì vậy tính trống rỗng, là sự vắng bóng của sự tồn tại cố hữu, đôi khi được nghĩ đến như là "Niết-bàn-tự-nhiên." Bởi vì thiên nhiên tính của các hiện tượng đều trống rỗng cho nên niết-bàn chân thật, sự tự do chân thật khỏi sự đau khổ, là một điều khả hữu.

Sự kiện này giải thích tại sao kinh điển Phật giáo dâng lên bốn loại niết-bàn: niết- bàn thiên nhiên, ám chỉ đến tính trống rỗng; một niết-bàn "với cặn bã", thường thường được nói đến như là sự hiện hữu vật chất được nối tiếp của một cá thể; niết-bàn không có cặn bã; và cuối cùng niết-bàn không lệ-thuộc. Chính vì trên cái căn bản của niết-bàn thiên nhiên mà tất cả các mức độ khác của niết-bàn có thể có được.

Cái ý nghĩa chính xác của niết-bàn với cặn bã và không cặn bã được giải thích một cách khác nhau bởi nhiều trường phái Phật giáo khác nhau. Một vài trường phái nói đến cặn bã như là sự chồng chất thể chất của một cá nhân, trong khi các trường phái khác lại nghĩ đến cặn bã của sự lưỡng-nhận-thức. Cái cặn bã của sự chồng chất thể chất là những phần-tử-cấu tạo thể chất mà cá nhân đó đã thu-nhận được như là hậu quả của tiền kiếp. Tuy nhiên, tôi sẽ không đi vào sự thảo luận chi tiết của các vấn đề này ở đây.

Vì vậy, một cách căn bản, từ triện son thứ ba chúng ta nhận biết rằng thiên nhiên tính căn bản của thực trạng là cái thiếu vắng tính hiện hữu cố hữu. Tất cả những hiện tượng do hậu quả của những yếu tố khác thiếu sự hiện hữu độc lập cố hữu, thế mà chúng ta lại xem nó như là có tự chủ. Sự nhận thức sai lầm này nằm tại cội rễ của nhiều sự lẫn lộn của chúng ta và cũng tạo ra những sự gây nên các tư tưởng và cảm xúc tổn thương. Sự thông suốt vào bên trong cái thiên nhiên tính của thực tại tiết lộ các sự vật thiếu vắng tính hiện hữu cố hữu, và hành động như là một phương thuốc giải độc cho sự nhận thức sai lầm, và một cách nhiên hậu cho những sự gây tổn thương của tinh thần. Sự hủy diệt hoàn toàn các tư tưởng và cảm xúc âm tính, và những sự nhận thức sai lầm căn bản, là ý nghĩa của niết-bàn.

Tiếng Tây Tạng của niết-bàn là *nyang-de*, được dịch đúng nghĩa như là "vượt ngoài sự hối tiếc". Trong khuôn khổ này sự hối tiếc được hiểu như là những sự gây tổn thương của tinh thần, vì vậy niết-bàn thật sự ám chỉ một tình trạng của sự hiện hữu được tự do khỏi những tư tưởng và cảm xúc gây tổn thương. Niết-bàn là sự tự do khỏi sự khổ sở và khỏi những nguyên nhân của sự khổ đau. Khi chúng ta nhận thức niết-bàn trong ý nghĩa này, chúng ta bắt đầu nhận biết cái gì là niềm hạnh phúc nguyên thủy và chân chính thật sự có nghĩa như thế nào. Chúng ta có thể vì vậy có thể suy-tưởng-đến sự khả-hữu của việc được hoàn toàn tự do khỏi sự khổ đau.

Cho nên chúng ta có thể kết luận bằng cách nhắc lại rằng sự thông suốt vào bên trong tính-rỗng-không sẽ tạo sức mạnh cho phép chúng ta làm tiêu tan và loại trừ những tư tưởng và cảm xúc âm tính của chúng ta, cũng như những nhận thức sai lầm đã đào-cạy-xới chúng lên. Chính trong cái tính-rỗngkhông mà các ô-nhiễm-tố được tẩy uế và tinh-khiết-hóa. Như vậy, điểm chính yếu, một sự hiểu biết Phật giáo về niết-bàn phải được đặt căn bản trên sự hiểu biết về tính-trống-không.

5. Câu Hỏi về Việc Tính Hữu Thực của Chánh Đạo.

Khi quý vị nghĩ đến việc luận lý mà tôi vừa mới phát họa, quý vị có thể nghĩ rằng nó có vẻ khá thuần lý và hình như tạo đầy đủ ý nghĩa. Nhưng bằng chứng gì chúng tôi có để trình bày rằng những lời bàn luận này là hữu thật và các luận lý của chúng đầy ý nghĩa?

Về câu hỏi này, tôi muốn được nhắc đến một sự giải thích mà cá nhân tôi thấy hữu ích, là điều được dạy trong kinh điển Sakya (2), trong truyền thông Lam dre về Đạo và Nhân Quả. Theo truyền thống này, có bốn yếu tố hữu thực về kiến thức, gọi đích danh là kinh điển hữu thực, bài khái luận hay những lời phê bình hữu thực, sự hữu thực, và kinh nghiệm hữu thực.

Nói về nguồn gốc của chúng, lẽ dĩ nhiên, kinh điển hữu thực được dạy đầu tiên, và những lời phê phán hữu thực được giảng rộng rãi về sau. Rồi thì, trên sức mạnh của việc nghiên cứu, các vị sư hữu thực nổi lên trở thành những vị sư của những lời phê phán đó. Sự kiện này dẫn đến chúng có những kinh nghiệm hữu thực. Tuy nhiên, từ quan điểm của việc mở mang sự nguyện ước cá nhân của một người thì người ta đề nghị rằng thứ tự này phải được đảo ngược - nói cách khác, người ta phải bắt đầu với một vài kinh nghiệm cá nhân. Nếu chúng ta lấy trường hợp phản ảnh lên Bốn Triện Son, hoặc cái tính thiên nhiên trống rỗng của các hiện tượng, hoặc lợi ích của lòng vị tha, trừ phi chúng ta có vài sở thích hoặc kinh nghiệm cá nhân của vấn đề, có nghĩa là, trừ-phi chúng ta có một cái thoáng về sự thật của nó, khó mà chúng ta được phấn khởi một cách sâu đậm đủ để kiên trì đeo đuổi sự tập luyện của chúng ta.

Lẽ dĩ nhiên, có nhiều mức độ và cấp bộ khác nhau về kinh nghiệm tinh thần. Có nhiều mức độ sâu đậm về sự nhận thức hóa, trong đó một mức độ nào đó tôi có thể không có được, nhưng cũng có một mức độ bắt đầu mà tất cả chúng ta đều có. Trong trường hợp của chính tôi, bất cứ khi nào tôi chiêm ngưỡng những đạo đức của lòng từ bi và lòng vị tha tôi cảm thấy xúc động thật sâu đậm. Nhưng làm sao tôi biết được rằng những kinh nghiệm như vậy là hữu thực? Một cách thức là nhìn vào những hậu quả chúng mang lại cho chúng ta. Khi chúng ta phản ảnh lên một số phẩm chất tinh thần nào đó và triển khai chúng ra, và khi chúng ta cảm nhận một cách sâu đậm được phấn khởi, điều này tạo nên một ý nghĩa về sức mạnh nội tâm. Kinh nghiệm này làm cho chúng ta trở nên can đảm hơn, cởi mở nhiều hơn, và ít bị nhạy cảm về lo âu hoặc không được an toàn. Tất cả những điều này là những chỉ dấu của tính hữu thực của kinh nghiệm của chúng ta.

Cho nên, như tôi đã đề cập đến trước đó, sự phản ảnh lên trên một số phẩm chất tinh thần thường làm tôi cảm động một cách sâu đậm, và sự phấn khởi sâu đậm này làm gia tăng sự ngưỡng mộ về những vị sư đã nhân-cách-hóa những giá trị này. Sự chiêm ngưỡng bằng cách này, tôi bắt đầu nhận ra rằng có lẽ có một vài sự chân thật trong các tiểu sử của những bậc đại sư và trong những công trình của họ về sự nhận thức thứa hóa sâu đậm. Không có gì nghi ngờ chúng ta phải chấp nhận rằng công trình lặt-vặt và tiểu sử thường là cái ngòi của sự phóng đại, đặc biệt về trường hợp những sự biểu dương quánhiệt-tình về các phẩm chất của các sư phụ do bởi chính các đệ tử của họ. Tuy nhiên, chúng ta không thể bỏ qua toàn diện một loại văn chương trên những nền tảng không xứng đáng tin cậy. Đây không thể là cái trường hợp - phải có một vài công trình của những vị sư có liên hệ đến những kinh nghiệm chân thật.

Thật vậy, đây không phải là một điển hình của sự phóng đại trong văn chương Phật giáo. Khi tôi đọc một bài bình luận rất phức tạp được viết bởi một đại học giả trong một bài văn ngắn được viết bởi một trong những vị sư của ông ta, lời bàn luận đôi khi quá chi tiết và xúc-tích đến nỗi tôi bắt đầu thắc-mắc liệu tác giả của bài văn ngắn nguyên thủy thật sự đã có tất cả những điểm này trong đầu óc!

Vì vậy khi quý vị có thể liên hệ đến những kinh nghiệm được miêu tả trong tiểu sử của các vị sư từ lợi điểm của chính kinh nghiệm cá nhân của quý vị, quý vị bắt đầu mở mang sự khâm phục sâu đậm đối với những vị sư hữu thực. Rồi từ kinh nghiệm hữu thực, quý vị tiến đến những vị sư hữu thực, và một khi quý vị tôn kính những vị sư hữu thực, quý vị có thể mở mang sự nguyện ước trong nguồn căn bản của những bài giảng dạy, nói đích danh là các kinh điển Phật giáo. Cá nhân tôi tìm thấy phương cách tiến đến các bài dạy rất hữu ích: Quý vị bắt đầu từ kinh nghiệm cá nhân của quý vị, điều đó tạo nên một gốc-trụ-đá cho sự huấn tập tinh thần của quý vị.

Đối với những người tu hành Phật giáo, đặc biệt những người tu hành Mahayana, thật là trọng yếu để có sự khâm phục Phật Thích Ca, và sự khâm phục đó phải được đặt nền tảng trong sự hiểu biết sâu sắc về cái cốt tinh của lời giảng dạy, cái Dharma. Sự hiểu biết về Dharma phải chính nó được đặt nền móng là tính vô ngã hoặc tính trống rỗng như tôi đã đề cập trước đây. Để nhận thức được Phật Thích Ca như chỉ là một nhân vật lịch sử là một đại sư, với những phẩm chất đáng được xếp ngoại lệ và đáng khâm phục và tấm lòng từ bi baola, thì không phải là phối cảnh của một người tu hành nghiêm túc. Sự thưởng ngoạn của tín đồ Phật giáo về Phật Thích Ca nên được đặt nền tảng vào kiến thức của những bài dạy đầy tâm điểm và uyên-thâm nhất, đó là tính trống rỗng. Một người như vậy nên nhận thức rằng tính-phật, hay sự giác ngộ hoàn toàn, là hiện thân của bốn kaya hay bốn "cơ thể Phật Thích Ca." (3) Nguyên tắc này phải chính nó được hiểu trong sự liên hệ với một điểm căn bản khác đó là, ở mức độ sâu đậm nhất, tinh thần và thể xác không phải là một vật nhị trùng. Bởi vậy trạng thái giác ngộ hoàn toàn phải được hiểu như là tính-bất-nhị-trùng tổng thể của trí khôn và lòng vị tha.

Để tổng kết sự thảo luận cho đến bây giờ, Bốn Triện Son hay nguyên lý giáo lý Phật giáo dạy cho chúng ta rằng sự khổ đau không một ai trong chúng ta ước muốn được kinh nghiệm đến bởi như là một hậu quả của những tư tưởng và cảm xúc gây tổn thương, là những điều có trong cội rễ của các sự nhìn sai lầm. Bốn cái nhìn sai lầm chính là giữ sự việc như là hữu thường, tin tưởng vào sự vật vô thường sẽ mang lại hạnh phúc, giữ sự vật là cần thiết, và tin tưởng rằng sự vật thường thức sự hiện hữu độc lập.

Những cái nhìn này có thể loại bỏ tất cả, và điều này được làm bằng cách mở mang sự thông suốt vào bên trong tính thiên nhiên chân thật của thực trạng. Một khi quý vị triển khai sự thông suốt và thăng hóa nó lên, những cái nhìn sai lầm dần dần bị loại bỏ song- song với những tư tưởng và cảm xúc đạo hàm của chúng. Tiến trình này đòi hỏi kỷ luật. Chính vì xuyên qua một tiến trình như vậy mà sự chuyển hóa xảy ra.

Nói đến vấn đề phương pháp mang lại sự chuyển hóa về trái tim và trí óc, truyền thông Phật giáo giải thích rằng có hai chiều đi đến chánh đạo, được biết là "diện mạo phương pháp" và "diện mạo trí khôn". Người ta có thể nói rằng diện mạo phương pháp, bao gồm nhiều phương tiện khéo-léo khác nhau được áp dụng trên con đường chánh đạo, là một giai đoạn chuẩn bị. Nó nâng cao khả năng của người tu tập sau đó áp dụng cái trí khôn hay sự thông suốt nhằm loại trừ những sự gây tổn thương âm tính một cách trực tiếp.

CÂU HỎI

* Câu hỏi: Trong nếp sống ở một thành phố bận rộn, đôi khi bị cám dỗ muốn tách rời chính mình để đi và thiền ở một nơi nào đó thanh bình và để lại thế giới đàng sau. Ngài có cho rằng nó quan trọng hơn để ở lại với nếp sống thường nhật của một người hay chấp nhận sự cám dỗ để thốn thoát nó?

NĐL: Nó lệ thuộc rất nhiều vào cá nhân ấy. Nếu là một người tập thiền đã tiến bộ đến một mức độ cao là người đã hoàn toàn thệ nguyện cho đời sống của một đời sống tinhthần-đơn-độc về thiền và bỏ đi nửa chừng, thì lẽ dĩ nhiên có thể có những trường hợp ở đó một người nên tìm cuộc sống tĩnh-mịch và từ bỏ thế giới, như là mặc nó. Điều này được cho là thể thức cao nhất của việc tu luyện tinh thần. Nhưng nó không phù hợp cho tất cả mọi người tu luyện. Trong thực tế, những người tu luyện với cỡ độ này rất hiếm.

Một cách tổng quát, đối với những người tu luyện như

chúng ta, thật là quan trọng nhiều hơn để làm một thành viên hữu hiệu cho xã hội, một người nào đó làm một sự đóng góp dương tính cho xã hội và kết nối sự tập luyện tinh thần càng nhiều càng tốt trong cuộc sống hàng ngày. Người ta chỉ phải tìm thời giờ vào buổi sáng hoặc buổi chiều để thực hiện vài sự thực tập chiêm nghiệm, vài sự thiền và v.v.... Đối với hầu hết chúng ta đó là phương cách tốt nhất. Nếu không điều gì sẽ xảy ra khi nhiều người trốn thoát xã hội và dùng thời giờ để sống một mình, và sau đó bắt đầu nhận ra rằng thật sự rất khó để thực hiện. Rồi một cách chầm chậm và lặng-lẽ, và với vài sự xấu hổ, những người ấy cố gắng trốn lén trở vào trong xã hội!

* Câu hỏi: Loại thiền nào Ngài đề nghị cho người mới bắt đầu?

Phản ảnh về sự vô thường, và nếu quý vị có kiến thức rộng lớn hơn thì phản ảnh về thiên nhiên tính của sự đau khổ. Quý vị cũng có thể chiêm nghiệm cái thiên nhiên tính của sự ngưng động. Thật sự, chiêm nghiệm về Tứ Chân Quí của Phật Pháp Dharma, vì vậy hãy bắt đầu bằng cách phản ảnh song hành với những đường này hơn là hình dung chính quý vị như là một một vị thần! Những lời kệ chỉ làm cho đôi môi bận rộn; đối với một người bắt đầu, tôi nghĩ có một sự giới hạn về sự thực tập kệ. Một vị thầy từ Amdo, thuộc phía Đông Tây Tạng, đã một lần nói rằng khi quý vị ngâm kệ nhiều quá, trong khi lần chuỗi hạt, thay vì làm tan biến những cảm xúc âm tính nó có thể chỉ làm tan biến móng tay của quý vị!

* Câu hỏi: Thưa Ngài, xin nói về người nguyện cầu từ phối cảnh của Phật giáo. Nếu không có một vị thần, Ngài cầu nguyện đến với ai hay với vật gì?

NĐL: Thường thường chúng tôi dâng lên những đấng cao hơn, như các vị Phật Buddhas, các vị Bồ tát Bodhisattvas, và nhiều vị khác, là những vị có nhiều sức mạnh hơn chúng tôi. Đó là phương cách Phật giáo. Nhưng những đấng cao hơn này không phải là những đấng cao hơn tiên khởi; một cách nguyên thủy, họ cũng giống như chúng ta, và rồi qua sự huấn luyện về tinh thần của họ cuối cùng trở thành buddhas và bodhisattvas. Đó là cách làm sao chúng tôi hiểu nó như vậy.

* Câu hỏi: Có thể nào chúng ta phối hợp sự lập đi lập lại các câu kệ Tây Tạng và nhiều sự hình dung khác nhau với sự tập luyện *vipasyana* — không phải trong cùng một loạt, mà trộn lẫn cả hai, nhưng trong nhiều phần của một ngày? Tôi cảm thấy tôi cần hai sự tập luyện. Điều này có sai không? Có thể nào Ngài cho ý kiến về việc làm sao để thực hiện được điều này?

NĐL: Lẽ dĩ nhiên có thể hoàn toàn phối hợp hai loại tập luyện. Ngay cả từ quan điểm của con đường tu hạnh Phật giáo Tây Tạng, cốt lõi của sự tu tập thật sự là những sự chiêm ngưỡng được thực hiện trong sự tập luyện vipasyana. Những sự tập luyện Vajrayana về việc lập đi lập lại những câu kệ và thực hiện các sự hình dung là sự bổ túc cho điều này; nó làm phong phú hóa sự tập luyện thật sự tức là sự chiêm ngưỡng.

Có một sự nguy hiểm là người ta sẽ có cảm nghĩ rằng để cho sự tu luyện Phật giáo theo cách thức của người Tây Tạng quý vị cần phải có tất cả các khía cạnh tinh thần của nó, chẳng hạn như thổi sừng dài, hoặc thổi kèn clarinet và cymbals, và v.v..., nhưng đây thật sự không phải cái chủ yếu của sự tập luyện. Thật sự tôi đã thường nói với người ta, kể cả người Tây Tạng, rằng có lẽ một trong những vị gương mẫu lớn nhất trong lịch sử Tây Tạng, cuộc đời của vị ấy là hiện thân của sự tu luyện chân thật của Phật giáo Tây Tạng, là vị đại thiền Milarepa. Ấy thế nếu ai sưu tầm cái hang thiền của người, tôi chắc rằng họ sẽ không tìm thấy một cái sừng dài, clarinet hay cymbals.

Người ta kể rằng vị sư Ấn Độ Atisha đến Tây Tạng vào thế kỷ mười một, ông ta được chào đón bởi một hội đoàn thầy tu Tây Tạng. Có một cuộc tiếp đón vĩ đại, và ông thấy họ tiến đến từ đằng xa. Họ là những vị thầy tu có dáng vẻ rất ngoạn mục, họ cỡi trên những con ngựa được trang hoàng màu sắc rất lộng-lẫy với nhiều loại trang phục và đai nịt đầy màu sắc, và chính những vị thầy tu mặc những đồ bộ với nón đầy màu sắc. Một số nón có ngay cả hình đầu con chim. Ashita vô cùng ngạc nhiên và bị xúc động đến nổi bật khóc lên, "A! Những con ma Tây Tạng đang đến" và giấu khuôn mặt của ông đi. Ông ta không muốn nhìn thấy; ông ta tưởng đó là một sự làm ảo tưởng. Các người Tây Tạng nhận được tín hiệu, vì vậy họ bước xuống khỏi ngựa, gởi các con ngựa đi nơi khác, và thay đổi trở thành những bộ áo tu viện. Rồi khi họ tiến đến vị thầy Ấn Độ, ông ta hân hạnh để đón tiếp họ.

Nhiều người Tây Tạng biết câu chuyện này, và chúng tôi nhắc lại nó liên tục, lần này qua lần khác. Thế nhưng một cách nào đó, mặc cho sự việc này, hình như chúng tôi bị lôi cuốn trong tài sản riêng đầy màu sắc nghi lễ. Khi tôi ở tại Lhasa, lẽ dĩ nhiên, tôi sẽ mặc một bộ gấm thêu lụa đắt tiền. Nhưng tôi nghĩ nếu chúng ta dùng nhiều sự chú ý đến những vật này, cả hai về việc giáo huấn và lễ nghi chính chúng trở thành giả tạo và đi đến việc mất ý nghĩa của nó.

Kể từ khi chúng tôi trở thành người ty nạn chúng tôi đã có một cơ hội rất tốt để thay đổi những sự việc này. Tôi đã ngừng mặc những áo quần đắt tiền. Cái áo choàng của tu sĩ Phật giáo đơn giản mà tôi đang mang là rất tốt, dễ dàng để giặt và rất thoải-mái! Gấm thêu dệt thì rất cộm đội trên da và nó không dễ dàng để giặt, và một cách đặc biệt trong khí nóng của Ấn Độ nó bị dơ rất dễ! Cho nên cái cảnh ngộ chính nó đã làm một điều không thể nào mặc những áo quần lòe loẹt như thế, và tôi nghĩ rằng đó là một điều rất may mắn! Tôi chắc-

chắn rằng nếu một ai đi thanh tra một trong bộ vests mà các tu sĩ mặc ở Tây Tạng, người ta có thể hầu như bảo đảm rằng đất bám vào cổ áo có thể từ cả năm bảy thế hệ trước! Tôi nghĩ những sự việc như vậy rất là điên rồ. Chúng tôi lập đi lập lại tên của Phật Thích Ca, nhưng bằng cách thực hành những việc tập-tục này chúng ta bỏ quên lời chỉ giáo của Phật Thích Ca, và đó là điều rất buồn.

Dù chúng ta có theo một đạo giáo nào hay không hoàn toàn là một sự lựa chọn cá nhân; nhưng nếu chúng ta muốn theo một tôn giáo, thì chúng ta nên nhận nó một cách nghiêm trọng, và tập luyện nó một cách toàn tâm huyết. Đó là điều quan trọng. Cho nên tôi cảm thấy thời gian đã đến với các tín đồ Phật giáo để tái giáo nghiệm các thói quen cổ truyền của họ. Cũng vậy, cùng sự việc giống nhau đối với các truyền thống tôn giáo khác. Một khi quý vị chấp nhận một tôn giáo, quý vị nên nghiêm túc và thành thật, và đặt nó vào thực tế trong đời sống ngày-này-qua-ngày-khác. Rồi thì nó sẽ có một vài giá trị nào đó. Nếu niềm tin tôn giáo chỉ là một phong-tục tập-quán nó không hữu dụng nhiều.

Chương Hai
Việc Chuyển hóa Qua lòng vị tha

Các Phẩm Chất của Lòng Từ Bi, Ý Định của Lòng Vị Tha

TÁM CÂU KỆ VỀ VIỆC CHUYỂN HOÁ TINH THẦN của Geshe Kangri Thangpa (xem phần Phụ đính I) là một bài học về sự tập luyện lòng từ bi *bodhichitta*, cái ý định vị tha để đạt sự giác ngộ hoàn toàn cho các sự lợi ích của toàn các sinh vật có tri giác. Trước khi chúng ta đi vào chi tiết của các câu kệ này, chúng ta hãy cố gắng và hiểu tiếng *bodhichitta* có ý nghĩa gì.

Định nghĩa của lòng từ bi *bodhichitta* được nói đến trong cuốn *Màu sắc của Sự Nhận Chân Hóa (Ornament of Realization)* của Maitreya (Abhisamayalamkara), ở đó ông ta nói rằng có hai khía cạnh của lòng vị tha. Khía cạnh đầu tiên là điều kiện sản xuất ra cái nhìn bên ngoài của tính vị tha, và điều này liên đới đến lòng từ bi mà con người phải mở mang hướng về các sinh vật có tri giác, và điều phấn khởi người ấy phải triển khai để mang lại sự an lạc cho tất cả các sinh vật có tri giác. Điều này dẫn đến khía cạnh thứ hai, tức là sự ước muốn để đạt sự giác ngộ. Chính vì mục đích làm lợi ích cho tất cả các sinh vật có tri giác mà sự ước muốn này phải được trỗi dậy trong chúng ta.

Chúng ta có thể nói rằng lòng từ bi *bodhichitta* là mức độ cao nhất của tính vị tha và cái dạng thức cao nhất của lòng can đảm, và chúng ta cũng có thể nói rằng *bodhichitta* là sản phẩm của sinh hoạt vị tha cao nhất. Như Lama Tsongkhapa giải thích trong cuốn sách của ông, *Sự Trang Bày Vĩ Đại Của*

Con Đường Đi Đến Sự Giác Ngộ (Great Exposition of the Path to Enlightenment) (Lam rim chen mo), *bodhichitta* là cái mà trong khi một người tham dự vào việc làm toại nguyện các ý muốn của tha nhân, sự làm toại-nguyện điều lợi-ích cán-hân-mình của một người đến như là một sản-phẩm-phụ. Đây là phương cách khôn ngoan để làm lợi ích cho cả hai bên chính mình và tha nhân. Trong thực tế tôi nghĩ *bodhichitta* thì thật sự và chân chánh tuyệt vời. Càng nhiều tôi nghĩ đến việc giúp đỡ tha nhân, và cảm nghĩ của tôi để săn sóc tha nhân càng trở nên mạnh hơn, càng nhiều lợi tức tôi gặt hái được cho chính tôi. Điều này thật ngoạn mục.

Giải thích rộng-rãi xa hơn về những phẩm chất dương tính của *bodhichitta*, tôi nhận thấy rằng nó là một trong những phương cách hữu hiệu nhất để tích tụ công đức và làm gia tăng tiềm năng tinh thần của chúng ta. Hơn thế nữa, nó là một trong những phương pháp có đầy sức mạnh nhất để chống lại những khuynh hướng âm tính và những sự bốc đồng nguy hại. Bởi vì chiến thắng những khuynh hướng âm tính và sự gia tăng tiềm năng dương tính là cốt lõi chính yếu của lối đi tinh thần, sự tập luyện để mở mang lòng vị tha thật sự là sự tập luyện lớn lao nhất, hiệu nghiệm nhất và bức xúc nhất so với tất cả các lãnh vực khác.

Maitreya còn giải thích một trong những lời cầu nguyện phấn khởi của ông ta rằng chính vì cùng một cái *bodhichitta* có thể giải thoát chúng ta khỏi sự chuyển-cư vào những địa hạt thấp nhất của sự hiện hữu, có thể dẫn chúng ta đến những sự tái sinh cao hơn và có nhiều phúc hạnh hơn, và ngay cả việc có thể dẫn chúng ta đến trạng thái ngoài sự già-nua và chết. Maitreya đang ám chỉ một cái gì rất đặc biệt ở đây. Thông thường, theo sự giáo huấn của Phật giáo, sự tập luyện về đạo đức và luân lý sẽ bảo vệ chúng ta khỏi bị tái sinh vào những địa hạt thấp hơn của sự hiện hữu. Điều mà Maitreya đang nói là sự tập luyện về *bodhichitta* vượt quá các sự tập luyện đạo đức và là, trong thực tế, một lối đi siêu việt xa hơn. Cũng tương tự, ông ta nói rằng *bodhichitta* là một một con đường cao siêu khi đến trồng những hạt giống để đạt được một hình thức cao hơn của sự tái sinh.

Cho nên trong một ý nghĩa nào đó, chúng ta có thể nói rằng việc tập luyện để sản xuất và triển khai ý định vị tha quá quán xuyến đến nỗi nó chứa đựng những yếu tố thiết yếu của tất cả những sự tu luyện tinh thần khác. Được tập luyện một mình, nó vì vậy có thể thay thế sự tập luyện của nhiều kỹ thuật khác, vì tất cả những phương pháp khác được chưng hơi vào trong một phương cách. Đây là lý do tại sao chúng tôi cho rằng việc tập luyện *bodhichitta* nằm ở cội rễ của cả hai niềm hạnh phúc tạm thời và vĩnh viễn.

Nếu chúng ta nhìn vào ý niệm được chấp nhận bởi một tu tập viên của *bodhichitta,* quý vị sẽ thấy sự can đảm kinh khủng đã làm việc tu luyện này là quan trọng như thế nào. Trong cuốn sách của ông, *Tràng Hoa Quí (Precious Garland)* (Ratnavali), Nagarjuna viết:

Nguyện cầu tôi luôn luôn là một vật của sự vui thú
Cho tất cả các sinh vật có tri giác theo sự ước muốn của họ
Và không một sự lấn-chen nào như là trái đất,
Nước, lửa, gió, thuốc men và rừng rú.

Nguyện cầu cho tôi như kẻ thân yêu của các sinh vật như của
Chính cuộc đời họ và nguyện cầu họ rất thân yêu với tôi,
Nguyện cầu tội lỗi của họ kết trái cho tôi
Và tất cả đạo đức của tôi cho họ. (4)

Khi ý định vị tha được trợ giúp của sự thông suốt vào bên trong tính trống rỗng, và đặc biệt với sự trực tiếp nhận-thức-hóa về tính trống rỗng, một người được xem là đã đạt được hai chiều của *bodhichitta,* người ấy được nhận diện như là *bodhichitta* qui-ước và tối hậu. Với hai sự luyện tập về lòng vị tha và trí khôn này, người tập luyện có trong tay họ một phương pháp đầy đủ để đạt mục đích tinh thần cao nhất. Một người như vậy thật là vĩ đại và đáng được ngưỡng mộ.

Nếu một người có khả năng triển khai những phẩm chất tinh thần này trong con người chính họ thì, như Chandrakirti viết một cách rất tình thi trong cuốn sách của ông *Lôi Vào Trung Đạo [Entry to the Middle Way (Madhyamakavatara)]*, với một cánh của ý định vi-tha và cánh kia là sự thông suốt vào trong tính trống rỗng, người ta có thể đi qua cái toàn thể của không gian và kêu rống lên ra khỏi trạng thái hiện hữu đến những bờ biển của phật-tính giác-ngộ trọn vẹn.

Mặc dù tôi có vài kinh nghiệm về hai chiều này của *bodhichitta,* tôi cảm thấy rằng tôi có rất ít sự nhận thức về chúng. Tuy nhiên, tôi có một sự ước-muốn và nhiệt tình chân thật để tập luyện, và rằng chính nó làm phấn khởi tôi một cách rộng lớn mênh mông vô cùng. Như tôi đã đề cập trong nhiều dịp qua, tôi tin tưởng rằng chúng ta tất cả đều giống nhau, và có cùng một tiềm năng căn bản. Vài người trong quý vị, tôi không có một sự nghi ngờ nào, có não bộ tốt hơn tôi nhiều. Quý vị nên làm một sự cố gắng để thưởng ngoạn, nghiên cứu và thiền định, nhưng không ra ngoài những kỳ vọng thiển cận. Quý vị nên có cùng thái độ như Shantideva — rằng mãi khi nào không gian còn tồn tại quý vị vẫn còn đánh tan sự khổ đau trên thế giới. Một khi quý vị có được một loại quyết ý như vậy và lòng can đảm để mở mang khả năng của quý vị, rồi một trăm năm, một thời đại, một triệu năm chẳng có nghĩa gì đối với quý vị. Hơn thế nữa, quý vị sẽ không xem rằng những trở ngại khác nhau của con người chúng ta có ở nơi này và nơi kia bằng cách nào không vượt qua được. Một thái độ và cái nhìn như vậy mang lại một loại nội lực thực sự. Quý vị có thể nghĩ rằng nó là một ảo tưởng để suy nghĩ trong phương cách này, nhưng ngay cả nếu như vậy, điều đó cũng không sao - tôi thấy rằng nó hữu ích!

Bây giờ câu hỏi là làm sao chúng ta có thể huấn luyện chính chúng ta để mở mang *bodhichitta*. Hai khía cạnh của *bodhichitta* mà chúng ta đề cập đến trước đây, sự phấn khởi để trở thành một kẻ giúp đỡ tha nhân và sự phấn khởi để đạt được sự giác ngộ chính mình, phải được triển khai riêng rẽ qua những sự huấn luyện riêng rẽ. Sự phấn khởi để trở thành kẻ giúp đỡ tha nhân phải được huấn luyện đầu tiên.

Sự ước muốn để mang lại sự an lạc cho tha nhân có thể, lẽ dĩ nhiên, bao gồm việc làm giảm nhẹ họ khỏi những sự khổ sở và nỗi đau đớn thể chất rất rõ-ràng, nhưng đây không phải là cái nghĩa mà bài này muốn nói đến. Việc mang lại sự an lạc cho tha nhân thật sự có nghĩa giúp họ đạt được sự giải phóng. Chúng ta phải vì vậy bắt đầu với sự hiểu biết ý nghĩa của sự giải phóng là gì. Điều này liên quan trực tiếp trở lại những gì tôi đã mô tả trước đây, nói đích danh là sự hiểu biết về tính trống rỗng, bởi vì Niết-bàn như được định nghĩa bởi giáo lý Phật giáo phải được hiểu trong cái nghĩa của tính trống rỗng. Cho nên, theo Phật giáo, thiếu sự hiểu biết về tính trống rỗng thật sự không thể nào hiểu được cái gì thật sự là sự giải phóng; và không có điều ấy, một sự phấn khởi mạnh để đạt được sự giải phóng sẽ không đến.

Điều phấn khởi thứ hai, để đạt được sự giác ngộ hoàn toàn, cũng trực tiếp liên hệ đến sự hiểu biết của một người về tính trống rỗng . Tiếng Tây Tạng của sự giác ngộ là *changchub*, và của tiếng Sanskrit là *bodhi*. Nhìn vào ngữ-nguyên học của hai vần Tây Tạng, *chang* có nghĩa là "sự-nguyên-chất-hóa" hoặc "được-làm-nguyên-chất," và điều này nói đến Phật Thích Ca đã giác ngộ hoàn toàn, ám chỉ rằng tất cả những tính chất âm tính và các ô-nhiễm-tố tinh thần đã vượt qua. Vần thứ hai, *chub*, chính nghĩa là "đã nhận-thức-hóa," và điều này nói đến phẩm chất của Phật Thích Ca đã tuyệt-hảo- hóa kiến thức và sự nhận thức. Cho nên, sự giác ngộ, như được diễn tả trong nghĩa của Tây Tạng *chang-chub*, gợi ý cả hai mặt vượt qua tất cả các phẩm chất âm tính và tuyệt-hảo-hóa những phẩm chất dương tính của chúng ta. Điều này kết nối trực tiếp sự hiểu biết của chúng ta về tính trống rỗng, bởi vì nó ám chỉ rằng người ta nhận ra thật sự không thể loại bỏ các khía cạnh âm tính của tinh thần, và phải chấp nhận một số mức độ hiểu biết về việc làm sao điều này có thể thực hiện được và cái gì là bản chất thiên nhiên tính của sự tự do toàn diện.

Phương Cách của Người Tu Luyện Thông Minh

Tôi đã giải thích trước đây rằng những văn bản phác họa việc tu luyện thật sự để huấn tinh thần trình bày lên hai khía cạnh của đường đi, khía cạnh phương pháp và khía cạnh trí khôn. Một cách tổng quát, khi nói đến việc trình bày và việc hiểu biết về khía cạnh phương pháp, không có sự khác biệt sâu rộng nào giữa các trường phái Phật giáo khác nhau, mặc dù có những khác biệt trong việc nhấn mạnh tùy thuộc vào những sự tu luyện đặc biệt nào đó. Nhưng khi nói về khía cạnh trí khôn, có nhiều sự khác nhau thật sự giữa những trường phái, giữa những bài nội dung văn bản khác nhau.

Nhiều kinh điển được tự nhận có giá trị bởi vì của Phật Thích Ca là người có cả một dòng lịch sử, thế nhưng những trường phái Phật giáo sau này, đặc biệt là trường phái *Chỉ Có Tinh Thần (Mind Only) (Cittamatra)* và trường phái Chính Giữa (Madhyamaka), phân biệt hai loại khác nhau theo nội dung, ngay cả trong tập sao lục của kinh điển chứa đựng lời nói của Phật Thích Ca. Những trường phái này giải thích rằng có những kinh điển có thể chấp nhận chính ngay giá trị thực trực-diện của nó, và những kinh điển khác không thể được chấp nhận như là chính xác nhưng đòi hỏi nhiều sự giải thích sâu đậm hơn nữa. Trên nền tảng nào, chúng ta có thể xác quyết về kinh điển nào là có nghĩa chính xác và kinh điển nào là không chính xác? Nếu chúng ta tin tưởng vào một kinh điển khác nào đó để làm sự phân biệt, điều này chỉ tạo nên một câu hỏi khác sâu xa hơn: trên những nền tảng nào chúng ta có thể lấy kinh điển phán quyết tự chính nó với giá trị đương thời của nó? Sự kiện này dẫn đến một cuộc nghịch hành vô tận. Cái gì điều này gợi ra là, trong sự phân tích cuối cùng, người ta chỉ có thể có sự hiểu biết, kinh nghiệm, và sự lý luận của chính người ấy. Bởi vậy, trong Phật giáo, sự suy nghĩ nghiêm túc là yếu tố tối cần thiết trong sự hiểu biết về kinh điển của một người. Để làm điều này thành một điểm quan trọng lời nói của chính ngay Phật Thích Ca được viết lại lên đây:

Chỉ giống như người đời trắc nghiệm tính nguyên chất của vàng bằng cách đốt nó lên trong lửa, bằng cách cắt nó và khảo sát nó trên một tảng-đá-thử-vàng-sờ-mó-được, cho nên cũng đúng như vậy nhà ngươi phải. Ồ... những nhà tu sĩ, chỉ nhận lời nói của ta sau khi an vị nó vào một cuộc trắc nghiệm nghiêm nghị và không một sự trọng nể nào vì ta.

Lời nói trên gợi ý cho thấy rằng có hai phương cách chính để tiến đến với giáo lý Phật giáo, tùy thuộc vào khả năng của người tu tập: phương cách thông minh và phương cách kém thông minh. Phương cách thông minh là tiến đến với kinh điển và những lời bàn luận của chúng với tính đa nghi và một tâm hồn cởi mở, và lấy nội dung của những lời dạy này để tra cứu bằng cách liên hệ chúng nó với kinh nghiệm và sự hiểu biết của chính mình. Rồi, khi sự hiểu biết của một người lớn lên, điều xác quyết của người ấy trong nội dung của tập kinh điển cũng phải lớn lên, song hành với sự khâm phục về lời dạy của Phật Thích Ca một cách tổng quát. Một người như vậy sẽ không theo một bài dạy hay một kinh bản chỉ bởi vì nó là của một vị sư nổi tiếng hay của một người nào đáng kính trọng; đúng hơn, các nội dung của kinh bản sẽ được phán xét có giá trị trên nền tảng của sự hiểu biết của người ấy, được rút tỉa từ sự phân tích và sự tra cứu cá nhân.

Nguyên tắc của Phật giáo về Bốn Điều Tin Cậy ứng dụng vào phương pháp thông minh này. Những điều này được phô diễn sau đây:

Tin vào bài viết của vị sư, không phải vào con người của vị sư;

Tin vào ý nghĩa, không phải chỉ vào lời;

Tin vào ý nghĩa xác định, không phải vào điều dự tưởng;

Tin vào tinh thần khôn-ngoan của quý vị, không phải vào tỉnh thần bình-thường của quý vị.

Nói cách khác, quý vị không nên tin vào danh tiếng, cấp bộ và v.v... của vị sư, đúng hơn là những gì được nói ra; quý vị không nên tin vào những lời nói chính nó, nhưng tin vào ý nghĩa của chính nó; quý vị không nên tin vào cái ý nghĩa dự tưởng, nhưng vào nghĩa xác định của chúng; và cuối cùng, quý vị không nên tin vào chỉ sự hiểu biết tinh thần của cái ý nghĩa, nhưng nên tin vào sự nhận thức và kinh nghiệm sâu đậm. Đây là phương cách thông minh để tiến đến với giáo lý Phật giáo.

Vì vậy, trong khi quý vị tiến đến phần kế tiếp của các lời chỉ huấn, tôi đề nghị quý vị cố gắng trì giữ thái độ của sự đa nghi cởi mở mà tôi vừa nói đến.

Hai Sự Nguyện Ước Vị Tha

1. Sự nguyện ước để đạt sự giác ngộ

Như chúng ta đã thấy, hình thức cao nhất về tu luyện tinh thần là sự triển khai ý định vị tha để đạt sự giác ngộ cho lợi ích của các sinh vật có tri giác, được biết là lòng từ bi *bodhichitta*. Đây là trạng thái quí hóa nhất của tinh thần, nguồn tài nguyên tối thượng của lợi ích và điều tốt, nó làm thỏa mãn đầy đủ cả hai sự phân khởi tối hậu và tức thời, và nền tảng của các sinh hoạt vị tha. Tuy nhiên, *bodhichitta* chỉ có thể được nhận biết qua sự cố gắng có hòa hợp điều-đặn, cho nên để có thể đạt được nó, chúng ta cần triển khai kỷ luật cần thiết để huấn luyện và làm chuyển hóa tinh thần.

Như chúng ta đã bàn thảo trước đây, sự chuyển hóa khối óc và con tim không xảy ra qua đêm nhưng qua một tiến trình dần dần. Mặc dù nó đúng rằng trong vài trường hợp những kinh nghiệm tinh thần bất chợt có thể có được, đúng hơn là chúng không đáng tin cậy và phần nào ngắn hạn. Cái trở ngại là một khi những kinh nghiệm bất thần xảy ra, như là những con bù-lon của cơn sấm sét, cá nhân đó có thể cảm thấy cảm động và phấn khởi một cách sâu đậm, nhưng nếu những kinh nghiệm này không được đặt nền tảng trong kỷ luật và sự cố gắng được giữ chặt chúng rất là không thể dự đoán được, và sự đụng chạm của sự chuyển hóa sẽ bị giới hạn. Ngược lại, một sự chuyển hóa chân chính do kết quả từ sự cố gắng hòa hợp nắm chặt được thì lâu dài bởi vì nó có một nền tảng chắc-chắn. Đây là lý do tại sao sự chuyển hóa tinh thần dài hạn có thể thật sự chỉ đến xuyên qua một tiến trình dần dần của sự huấn luyện và kỷ luật.

Chúng ta đã thấy ý định vị tha được sự bảo trợ của sự lưỡng-phấn-khởi để giúp cho các sinh vật có tri giác khác và để đạt được sự giác ngộ cho chính họ. Trước nhất chúng ta đã bàn thảo nhu cầu để có một sự hiểu biết ý nghĩa của sự giác ngộ. Tôi đã giải thích làm sao người Tây Tạng nói tiếng giác ngộ, *chang-club,* nó được phối hợp của hai vần, một liên quan đến việc từ bỏ các âm tính và cái kia là sự hoàn hảo các phẩm chất dương tính. Chúng ta bây giờ có thể phù trợ thêm vào sự hiểu biết của chúng ta về sự giác ngộ bằng cách nghĩ đến sự trình bày được làm nên bởi Maitreya trong cuốn sách của ông ta, *Sự Liên Tục Tuyệt Hảo (Sublime Continuum) (Ratnagotravibhaga)*. Ông ta nói rằng tất cả những ô-nhiễm-tố của chúng ta đều ngẫu sanh, có nghĩa rằng chúng có thể tách rời khỏi bản chất thiên tính thiết yếu của tinh thần. Điều này chứng tỏ sự khả hữu có thể loại trừ những sự gây tổn thương của trí óc và con tim, đó là, những tư tưởng và những cảm xúc gây tổn thương. Maitreya lại nhấn mạnh rằng cho đến khi nào những phẩm chất giác ngộ của Phật Thích Ca được nghĩ đến, chúng ta tất cả làm sở- hữu-chủ trong chính chúng ta tiềm năng hoặc hạt nhân cho việc làm hoàn hảo của chúng ta. Việc này có nghĩa rằng tiềm năng của sự hoàn-hảo-hóa, tiềm năng cho sự giác ngộ toàn-vẹn, thật sự cư trú trong chúng ta. Trong thực tế tiềm năng này không gì hơn là thiên-nhiên-tính thiết yếu của tinh thần chính nó, là cái được cho là thiên-nhiên-tính thuần-túy của tính chiếu sáng và sự nhận biết. Xuyên qua tiến trình dần dần của việc tu luyện tinh thần, chúng ta có thể loại trừ các chướng ngại vật cản trở chúng ta khỏi việc hoàn-hảohóa hạt giống giác ngộ. Khi chúng ta vượt qua chúng nó, từng bước một, như vậy phẩm chất cố hữu của tri thức chúng ta bắt đầu trở thành càng ngày càng biểu lộ cho đến khi nó đạt đến trạng thái cao nhất của sự hoàn-hảo-hóa, điều đó không gì hơn là tinh thần giác ngộ của Phật Thích Ca.

Theo Phật giáo, có hai loại ô-nhiễm-tố ngẫu-sanh. Cái đầu tiên là những sự gây tổn thương biểu lộ của tinh thần, nó nằm trong hình thái của những tư tưởng và những cảm xức âm tính của chúng ta, trong khi loại thứ hai được biết như là sự cản trở sâu đậm của kiến thức. Đây là những dấu tích và có khuynh hướng sản xuất bởi sự xuất hiện lập đi lập lại của những tư tưởng và cảm xúc âm tính trong chúng ta. Vì chúng ta đã thấy rằng người ta có thể tẩy sạch những cảm xúc và tư tưởng âm tính, điều này ám chỉ, bằng cách nói rộng ra, rằng chúng ta cũng sẽ có thể vượt qua những khuynh-hướng tạo ra bởi sự xuất hiện lập đi lập lại của chúng. Một khi chúng ta thưởng thức được điểm này, chúng ta sẽ có một sự cảm-nhận-biết cái ý nghĩa như thế nào của sự giác ngộ trong ý nghĩa của Phật Thích Ca. Tôi đã nói lên trong Chương 1 rằng một sự hiểu biết thích-đáng về thiên nhiên tính của sự giác ngộ hoàn toàn lệ thuộc vào một sự hiểu biết tốt về tính trống rỗng.

Những bài dạy của nhiều truyền thống tinh thần cổ xưa khác của Ấn Độ cũng chứa chất một ý nghĩa về niết-bàn, *moksa,* hay sự tự do tinh thần. Nó cũng hình như là vài truyền thống nhận diện những trạng thái này với địa hạt vật chất của sự hiện hữu. Tuy nhiên, khi nào sự hiểu biết Phật giáo về niết-bàn còn nghĩ đến, nó là một trạng của thái tinh thần và không phải là một thực tại ngoại lai.

Điều này không có nghĩa rằng không có tính đa dạng về ý kiến giữa những trường phái Phật giáo khác nhau về ý nghĩa chính xác của sự giải phóng. Thí dụ, trường phái Vaibhashika giữ khư khư rằng Phật có lịch sử Shakyamuni đã được hoàn toàn giác ngộ và đã vượt qua hai trong bốn lực âm tính, nói đích danh là các cảm xúc và các tư tưởng gây tổn thương, và những lực có sức mạnh của sự ham muốn và hệ lụy. Tuy nhiên, trường phái này cho rằng Phật Thích Ca đã không chiến thắng được hai lực âm tính khác - lực của sự chết và lực của sự kết tập (5) của sự hiện hữu. Trường phái Vaibhashika vì vậy hiểu niết-bàn tận cùng trong nghĩa của sự ngưng động toàn bộ của một cá nhân. Sự ám chỉ ở đây là khi niết-bàn tận cùng có được sự hiện hữu cá nhân ngừng tồn tại.

Cái nhìn này không được chấp nhận bởi nhiều trường phái Phật giáo khác. Có một sự phản bác rất nổi tiếng của Nagarjuna, thí dụ, ông cho chu-kỳ có luận lý về quan điểm của Vaibhashika rằng không bao giờ một ai đạt được niết-bàn, bởi vì một khi niết-bàn đã được đạt đến cá nhân ấy ngưng tồn tại. Cho nên vị trí này vô lý. Như chúng ta đã thấy trước đây, con người chỉ là một cái tên được gắn cho về sự liên tục của một kết thể tâm-vật-lý (cái hỗn hợp tinh-thần-thể-xác), và nếu hỗn hợp này ngưng tồn tại hoàn toàn, thì con người ấy cũng ngưng tồn tại. Tuy nhiên, cái nhìn này không được chấp nhận bởi các trường phái Phật giáo khác. Cũng tương tự, có nhiều khía cạnh khác của chế độ Vaibhashika bị phản bác bởi những phái Phật giáo khác. Trong lý thuyết về kiến thức của họ, thí dụ, họ phản bác ý niệm về những dữ kiện cảm giác. Họ tin tưởng rằng những ý niệm cảm quan xảy ra như là kết quả của sự giao thoa thuần túy giữa những cơ quan cảm giác và sự vật thể chất, và rằng không có dữ kiện cảm giác tác động như một vật trung gian giữa hai chủ thể này. Một trong những sự phản đối ngược lại lý thuyết này ám chỉ rằng đối với bất cứ một sự nhận thức sống động nào về một vật chất xảy ra, vật thể trong vấn đề phải hiện diện thật sự, và nhưng như thế không phải bao giờ cũng đúng như vậy. Từ kinh nghiệm cá nhân chúng ta biết rằng lắm lúc chúng ta có một sự hồi nhớ rất sống động về một sự vật, như là nó thật sự hiện diện ở đó trước mặt chúng ta, và thế nhưng một sự nhận thức như vậy là do sức mạnh của trí nhớ.

Một lần nữa, sự hiểu biết của trường phái Vaibhashika về thiên nhiên tính của ý thức ở vào thời điểm của sự chết lại là một cái nhìn thô sơ nhiều hơn các trường phái khác. Những thành viên của trường phái này tin tưởng rằng trạng thái của tinh thần vào lúc chết có thể có đạo đức, vô đạo đức, hay trung tính. Nhưng những trường phái khác của Phật giáo đã luận lý rằng tình trạng tinh thần chính xác vào lúc của sự chết luôn luôn trung tính, bởi vì nó là một trạng thái rất vô cùng thâm sâu. Đây chỉ là một số thí dụ điển hình cho thấy làm sao ý tưởng của trường phái Vaibhishika không nghiêm trọng có thể được so sánh với sự hiểu biết tinh tế nhiều hơn của các trường phái Phật giáo khác.

Các trường phái khác lý luận rằng khi một người bắt đầu tinh-khiết-hóa các khía cạnh âm tính của tinh thần và thể xác qua sự tu luyện tinh thần, và khi người ấy vượt qua những tư tưởng và cảm xúc âm tính cùng với những khuynh hướng được sinh ra do hậu quả của chúng, và cuối cùng loại bỏ hoàn toàn chúng nó, người ấy sẽ hoàn-hảo-hóa các kết tập tâm vật-lý của người ấy. Họ vì vậy chấp nhận rằng khi những ô-nhiễm-tố ngưng tồn tại, tất cả những sự biểu lộ và dấu tích của chúng - cái cơ thể và tinh thần vô-tinh-khiết -- cũng có thể ngưng tồn tại. Nhưng điều này không có nghĩa rằng sự liên tục chính thị của cá nhân ấy đi đến sự chấm dứt. Có một cấp bộ sâu đậm của sự hiện hữu được tự do khỏi các ô-nhiễm-tố lộ diện này.

Cái điểm của tôi ở đây là có một số nhiều sự bàn cãi về thiên nhiên tính thật sự của sự giác ngộ. Một cách căn bản, từ quan điểm của Phật giáo, bản tính thiên nhiên của sự giải phóng thật sự và cái tự do tinh thần phải được hiểu như là một phẩm chất của tinh thần, một sự tự do khỏi các khía cạnh âm tính và các ô-nhiễm-tố của tinh thần.

Theo Chandrakirti, một vị sư nổi tiếng Ấn Độ của trường *phái Trung Đạo (Middle Way),* sự giải phóng hay sự ngưng động thật sự là sự thật tối hậu. Cái điểm của ông ta là sự ngưng động thật sự chỉ đến trên căn bản của sự hiểu biết cái thiên nhiên tính tối hậu của thực trạng, đó là, tính trống rỗng. Như vậy ở đây chúng ta có một sự hiểu biết được tinh lọc hơn về niết-bàn, nổi lên từ sự hiểu biết thâm thúy của tính trống rỗng. Trong quan điểm này, chính sự thông suốt vào bên trong cái thiên nhiên tính tối hậu của thực trạng cho phép chúng ta loại trừ các ô-nhiễm-tố của tinh thần. Hơn thế nữa, chính vì sự sân si của chúng ta về thiên nhiên tính tối hậu của thực trạng nằm tại cội rễ của tất cả các sự làm mù tối, các lẫn lộn và các ảo tưởng của chúng ta. Cuối cùng, chính vì tính trống rỗng của tinh thần trong trạng thái đã được hoàn-hảo-hóa của nó là sự giải phóng chân thật. Vì vậy sự giải phóng thật sự là tính trống rỗng, kiến thức mà chúng ta loại bỏ các sự làm mù tối của chúng ta là kiến thức về tính trống rỗng, và trạng thái được hoàn-hảo-hóa cuối cùng trong đó chúng ta đạt được sự giải phóng là sự trống rỗng của tinh thần.

Một khi chúng ta nói rằng bản tính thiên nhiên tối hậu của tinh thần là sự giải phóng, chúng ta không nói đến thiên nhiên tính tối hậu của tinh thần một cách tổng quát, nhưng một cách đặc biệt về cái trạng thái khi một cá nhân đã vượt qua tất cả những ô-nhiễm-tố và những khía cạnh âm tính của tinh thần. Cho nên sự ngưng động chân thật có hai chiều: một chiều là sự tự do hoàn toàn khỏi các ô-nhiễm-tố, và chiều kia là việc loại trừ sự hiện hữu cố hữu. Chúng ta có thể giải thích điều này với đoạn thơ đầu của Nagarjuna trong cuốn *Trí Khôn Căn Bản của Trung Đạo (Fundamental Wisdom of the Middle Way) (6) (Mulamadhyamakakarika):*

Tôi xin cúi đầu phủ phục trước Phật Thích Ca toàn giác
Vị sư tốt nhất trong các vị sư, là người đã dạy rằng
Sự gì sinh ra có lệ thuộc thì Bất tử, bất sinh,
Bất diệt, bất thường,
Bất lai, bất viễn,
Bất biến, bất hình
Và tự do khỏi mọi ý niệm cấu trúc.

Nagarjuna tôn kính Phật Thích Ca bằng cách nói rằng Phật Thích Ca dạy nguyên tắc của sự sinh-nguyên-thủy có lệ thuộc và tính trống rỗng. Ông ta mô tả sự chết trong những ý nghĩa của sự thanh-bình-hóa toàn diện của tất cả các sự diễn giải trau chuốt; chính là lúc tất cả các khái niệm cấu trúc đã được thanh-bình-hóa mới có sự chết thật sự.

2. Phụng sự niềm an lạc cho tha nhân:

Niềm nguyện ước khác của ý định vị tha (*bodhichitta*) là sự mong ước mang lại sự an lạc cho các sinh vật có tri giác khác. Sự an lạc, trong ý nghĩa của Phật giáo, có nghĩa giúp tha nhân được tự do toàn diện khỏi sự khổ sở, và danh từ "các sinh vật có tri giác khác" nói đến con số bất tận của các sự hiện hữu trong vũ trụ. Sự nguyện ước này thật sự là chìa khóa được xem là trước nhất, nói đích danh là ý định để đạt sự giác ngộ cho lợi ích của tất cả các sinh vật có tri thức. Nó được đặt trên nền tảng của lòng từ bi chân chính hướng về một cách bình đẳng các sinh vật có tri giác. Lòng từ bi ở đây có nghĩa sự ước mong rằng tất cả các sinh linh khác phải được tự do khỏi sự đau khổ. Vì vậy nó được xem là cội rễ của tất cả các sinh hoạt vị-tha và của ý đinh vị tha như là một tổng thể.

Chúng ta cần phải triển khai một lòng từ bi có sức mạnh đủ để làm cho chúng ta cảm thấy mình tự nguyện mang lại niềm an lạc cho tha nhân, để chúng ta thật sự tình nguyện gánh lấy trách nhiệm để làm cho điều này được xảy ra. Trong Phật giáo, lòng từ bi như vậy gọi là "lòng từ bi vĩ đại". Điểm này được nhấn mạnh một lần nữa và một lần nữa trong văn chương Mahayana, trên thực tế lòng từ bi vĩ đại là nền tảng của tất cả các phẩm chất dương tính, cội rễ của toàn thể đường đi của Mahayana, và là trái tim của lòng từ bi *bodhichitta*. Thí dụ, Maitreya tuyên bố trong cuốn sách của ông, *Màu Sắc của Các Bài Thuyết Pháp (Ornament of Sutras) (Mahayanasutralamkara)*, rằng lòng từ bi là cội rễ của *bodhichitta*. Cũng giống vậy, Chandrakirti nói trong cuốn sách của ông, *Lối Vào Trung Đạo (Entry to the Middle Way) (Madhyamakavatara)*, rằng lòng từ bi là một phẩm chất tinh thần thật tối thượng rằng nó giữ được sự thích hợp vào tất cả mọi thời gian: nó trọng yếu ở giai đoạn khởi sự của lối đi tinh thần, nó cũng quan trọng ngang bằng trong khi chúng ta đang ở trên lối đi, và nó cũng thích hợp ngang bằng khi một cá nhân trở thành giác ngộ hoàn toàn.

Điểm mà tôi cố gắng để nói lên là nếu chúng ta nhìn vào bất cứ một văn kiện nào của Mahayana, chúng ta sẽ tìm thấy rằng lòng từ bi không những chỉ được ca ngợi lớn lao, nhưng các tác giả cũng nhấn mạnh lập đi lập lại tính cách quan trọng của nó trong ý nghĩa rằng nó thật sự nằm ở cội rễ của tất cả các sự cố gắng tinh thần. Để nêu lên một thí dụ xa hơn, trong câu thơ mở đầu chào đón vào trong cuốn sách *Compendium of Valid Cognition (Pramanasamuccaya)* Dignaga lý luận rằng Phật Thích Ca có thể xem là một vị sư tinh thần hữu thực bởi vì Ngài là hiện thân của lòng từ bi, và bởi vì Ngài đã hoàn-hảo-hóa sự mở mang nó. Vì vậy trên thực tế, Dignaga dùng sự hoàn-hảo-hóa của lòng từ bi như là nền tảng cho việc lý luận rằng Phật Thích Ca là một vị sư tinh thần hữu thực. Lẽ dĩ nhiên, có lòng từ bi vĩ đại một mình không đủ để trở thành một vị sư chánh-thực và chân thật, vì vậy Dignaga tiến lên nói rằng Phật Thích Ca cũng có sự nhận thức trực tiếp về tính trống-rỗng và đã vượt qua hoàn toàn mọi chướng ngại vật.

Một cách tổng quát, như tôi đã nói, lòng từ bi là sự ước nguyện rằng tha nhân phải được tự do khỏi sự đau khổ, nhưng nếu chúng ta nhìn vào trong nó một cách cận kề hơn thì lòng từ bi có hai mức độ. Trong một trường hợp nó có thể tồn tại chỉ ở mức độ ước muốn—chỉ ước mong tha nhân được tự do khỏi sự khổ đau-nhưng nó cũng có thể tồn tại ở mức độ cao hơn, ở đó sự cảm xúc đi ra ngoài việc chỉ có ước muốn để bao gồm cái không gian được thêm vào của việc thật sự cần làm một điều gì đó về sự đau khổ của tha nhân. Trong trường hợp này, một ý nghĩa về trách nhiệm và sự thệ nguyện cá nhân đi vào trong tư tưởng và sự cảm xúc của tính vị tha.

Dù bất cứ mức độ nào của lòng từ bi mà chúng ta có, để cho việc mở mang về lòng từ bi *bodhichitta* được thành công nó phải được bao gồm với yếu tố phụ trợ của trí khôn và sự sáng trí. Nếu quý vị thiếu trí khôn và sự sáng trí, khi quý vị đương đầu với sự đau khổ của một người khác, lòng từ bi chân chính có thể xuất hiện lên trong người của quý vị một cách tức thì, nhưng dù được như vậy các nguồn tài nguyên của quý vị bị giới hạn, quý vị có thể chỉ nói một lời cầu nguyện: "Nguyện cầu người *ấy* được tự do khỏi sự sự đớn đau hay sự khổ sở ấy." Tuy nhiên, thời gian trôi qua loại cảm xúc ấy có thể dẫn đến một cảm giác vô tích sự bởi vì quý vị nhận ra rằng quý vị thật sự không thể làm điều gì được để thay đổi hoàn cảnh. Trái lại, nếu quý vị được trang bị với trí khôn và sự sáng trí thì quý vị có một nguồn tài nguyên lớn nhiều hơn để xử dụng, và quý vị càng chú trọng vào cái sự vật của lòng từ bi, cường độ của lòng từ bi càng lớn hơn và nó sẽ càng tăng nhiều hơn.

Bởi vì cách thức mà sự sáng suốt và trí khôn ảnh hưởng sự mở mang lòng từ bi, văn chương Phật giáo nhận diện ba loại khác nhau của lòng từ bi. Thứ nhất, giai đoạn khởi đầu, lòng từ bi chỉ là sự ước mong để thấy các sinh vật có tri thức khác được tự do khỏi sự khổ đau; nó không được tăng cường sức mạnh bởi bất cứ một sự thông suốt đặc biệt vào trong bản chất thiên nhiên của sự đau khổ hoặc bản chất thiên nhiên của các sinh vật có tri giác. Rồi, ở giai đoạn thứ hai, lòng từ bi không chỉ để ước mong để thấy một sinh linh khác được tự do khỏi sự đau khổ, nó được làm tăng sức mạnh bằng sự thông suốt vào trong bản chất thiên nhiên ngắn-ngủi của sự hiện hữu, chẳng hạn như sự nhận thức rằng sinh linh hiện hữu là vật thể của lòng từ bi của quý vị không tồn tại một cách vĩnh viễn. Một khi sự thông xuôi bổ túc vào lòng từ bi của quý vị nó sẽ cho nó một sức mạnh lớn hơn. Cuối cùng, vào giai đoạn thứ ba, lòng từ bi được mô tả như là "lòng từ bi bất-khách-quan-hóa." Nó có thể được quay hướng trực chỉ về phía cùng nhân vật khổ đau kia, nhưng bây giờ nó được tăng cường bởi sự ý thức toàn diện của thiên nhiên tính tối hậu của sinh linh ấy. Đây là một loại lòng từ bi rất mạnh-mẽ, bởi vì nó cho phép quý vị tham dự vào với nhân vật kia mà không-khách-quan-hóa họ, và không bám vào ý tưởng rằng người ấy có một thực tại tuyệt đối hay không.

Vì lòng từ bi là sự ước nguyện cho tha nhân được tự do khỏi sự khổ đau, nó đòi hỏi lên trên hết một khả năng để cảm nhận được móc nối với những kẻ khác. Chúng ta biết từ kinh nghiệm rằng càng gần gũi với một người hay một con vật đặc biệt nào đó, mức độ có cảm tình với sinh vật ấy càng lớn. Rồi, theo sau đó, một yếu tố quan trọng trong việc tu luyện tinh thần để mở mang lòng từ bi là khả năng để cảm thấy có cảm tình và được nối kết, và để có một cảm nghĩ gần gũi với tha nhân. Phật giáo mô tả điều này như là một ý nghĩa về tính mật thiết của chủ thể của lòng từ bi; nó cũng còn gọi là lòng-yêuthương-nhân-đạo. Càng cảm thấy gần gũi với một sinh linh khác, quý vị sẽ cảm thấy một cách mạnh-mẽ nhiều hơn rằng cảnh tượng đau khổ của một người thật khó chịu đựng nổi.

Có hai phương cách chính trong Phật giáo để triển khai ý nghĩa của sự gần gũi hay tính mật thiết. Một phương pháp được biết là "trao đổi và ngang-bằng-hóa chính mình với tha nhân." Mặc dầu được mọc cánh từ Nagarjuna, nó đã được mở mang đầy đủ nhiều hơn bởi Shantideva trong cuốn sách của ông ta là *Hướng Dẫn vào Đời sống của Các Vị Bồ Tát (Guide to the BodhisatHa's Way of Life) (Bodhicaryavara)*. Phương pháp khác được biết là *"phương pháp bảy điểm nguyên nhân và hậu quả"*. Phương pháp này nhấn mạnh sự triển khai một thái độ cho phép chúng ta liên hệ với tất cả các sinh linh khác như chúng ta liên hệ với người rất thân yêu. Gương mẫu cổ truyền được cho phép là chúng ta nên cư xử với tất cả các sinh linh như người mẹ của chúng ta, nhưng vài kinh điển còn bao gồm việc xem các sinh linh như người cha của chúng ta, hoặc những người bạn chí thân, hoặc như những người thân thuộc, và v.v.... Người mẹ của chúng ta thì đơn giản được xem là một gương mẫu, nhưng cái điểm ở đây là chúng ta phải học hỏi để thấy tất cả mọi sinh linh khác như là rất thân yêu và gần với con tim của chúng ta.

Hình như đối với một số người phương pháp bảy điểm nguyên nhân và hậu quả có hiệu nghiệm, trong khi đối với những người khác phương pháp trao đổi và ngang bằng hóa với tha nhân có vẻ có hiệu quả hơn, tùy theo khuynh hướng và tinh thần của một cá nhân. Tuy nhiên, trong truyền thống người Tây Tạng phong tục này đã được phôi hợp cả hai phương pháp cho nên người ta có thể thưởng thức các lợi ích trong việc tu luyện cả hai phương pháp. Thí dụ, mặc dù phương cách chính trong *Tám Câu Thi về Chuyển Hóa Tinh Thần* là phương pháp trao đổi và ngang-bằng-hóa mình với tha nhân, nội dung của bài này có ý nhận tất cả mọi sinh linh là "mẹ của chúng ta," nó gợi ý rằng nó cũng có thể phối hợp với phương pháp bảy điểm nguyên nhân và hậu quả.

Phương Pháp Bảy Điểm Nguyên Nhân và Hiệu Quả

Trước khi chúng ta có thể áp dụng phương pháp bảy điểm nguyên nhân và hậu quả (7) cho chúng ta, chúng ta cần phải triển khai một ý nghĩa về tính-tình trầm tĩnh hướng về tất cả mọi sinh linh, được biểu lộ qua khả năng để liên hệ với tất cả tha nhân một cách bình đẳng. Để thực hiện điều này, chúng ta cần phải nói về trở ngại của việc có những tư tưởng và cảm xúc hay biến đổi. Không những chúng ta chỉ nên cố gắng để vượt qua những cảm xúc âm tính cực đoan như hờn giận và thù ghét, nhưng cũng còn, trong trường hợp đặc biệt tu luyện tinh thần này, chúng ta nên cố gắng để làm việc với sự hệ lụy chúng ta cảm nhận với những người thân yêu của chúng ta.

Bây giờ, lẽ dĩ nhiên, trong hệ lụy đến với người thân yêu này có một ý nghĩa về sự gần gũi và tính thân-mật, cũng như một yếu tố của tình yêu, lòng từ bi và sự cảm mến, nhưng lắm lúc những cảm xúc này cũng được tô màu với một cảm xúc mạnh của ước muốn. Lý do cho điều ấy khá hiển nhiên, bởi khi chúng ta liên hệ đến những người mà chúng ta cảm thấy bị dính liền một cách sâu đậm, các cảm xúc của chúng ta dễ nhạy cảm đối với những sự cảm xúc cực đoan. Khi một người làm một điều gì trái với sự kỳ vọng của chúng ta, thí dụ, có một tiềm năng lớn nhiều hơn để làm tổn thương chúng ta hơn là cùng một sự kiện cùng gây ra bởi một người mà chúng ta không cảm thấy gần gũi. Điều này chứng tỏ rằng trong sự cảm mến chúng ta cảm thấy có một mức độ cao về sự liên lụy. Cho nên, trong việc tu luyện tinh thần đặc biệt này, chúng ta cố gắng để san bằng sự liên lụy chúng ta có đối với một hạng người nào đó, để ý nghĩa về sự gần gũi đến với họ là chân thật và không dính dấp với sự ước muốn.

Chìa khóa trong việc tập luyện sơ khởi về tính trầm tĩnh này là để vượt qua những cảm xúc của tính chủ quan và sự kỳ thị mà chúng ta thường cảm thấy đối với tha nhân, được đặt nền tảng vào những tư tưởng và những cảm xúc bất thường liên quan đến sự gần gũi là sự cách xa. Nó thật sự hình như thật đúng rằng một sự liên hệ như vậy giới hạn sự quán xuyến của chúng ta, cho nên chúng ta không thể thấy sự việc từ một phối cảnh rộng lớn hơn.

Mới đây khi tôi đang ở trong một cuộc hội nghị về khoa

học và tôn giáo tại Argentina, và một trong những khoa học gia tham dự đưa lên một điểm mà tôi thấy rất đúng. Tên của vị ấy là Mathurena, và là người đỡ đầu cho tổ chức thần kinh sinh vật học Francisco Varela, là người mà tôi đã biết từ lâu. Ông ta nói rằng thật rất quan trọng cho các khoa học gia sưu tầm phải đón nhận một nguyên tắc có phương-pháp-học mà nó không bị liên lụy một cách tình cảm đến lãnh vực họ đang nghiên cứu. Điều này như thế bởi vì sự liên lụy có ảnh hưởng âm tính làm phủ mây và làm hẹp lại sự quán xuyến của mình. Tôi hoàn toàn đồng ý. Đây là lý do tại sao, qua sự tu luyện tính trầm tĩnh chúng ta cố gắng để vượt qua những cảm xúc chủ quan này để chúng ta có thể đương đầu với mọi việc và liên hệ với mọi người một cách giản dị công bằng.

Trong sự tôn trọng này tôi muốn nói thêm vào rằng tôi ngưỡng mộ rất nhiều về sự nhấn mạnh tổng quát của người Tây phương trên lãnh vực tính khách quan, ít nhất là trong địa hạt tinh thần. Tuy nhiên, tôi cũng khám phá một sự mâu thuẫn chính ở đây, bởi vì khi chúng ta nói đến những người có nhiều nền tảng cá nhân khác nhau, đặc biệt từ người Tây phương, hình như họ có một lượng lớn kinh khủng về sự liên lụy với chính nghề nghiệp của họ. Người ta có thể nói rằng nhiều người hình như có một sự đầu tư lớn trong nghề nghiệp của họ, họ nhận diện họ với nghề ấy, nhiều quá đến nỗi họ cảm thấy như nghề nghiệp của họ là quá thiết yếu cho niềm an lạc của thế giới đến nỗi nếu giảm thiểu điều ấy làm cho cả thế giới sẽ bị khổ đau. Sự kiện này gợi lên cho tôi rằng mức độ của sự liên lụy không chính đáng. Tsongkhapa, vị đại sư Tây Tạng, có lần đã nói rằng một số người có khuynh hướng nhặt lên một hạt gạo, trên sức mạnh của sự nhận xét mà họ đặt lên nó, rồi kết luận rằng tất cả các hạt gạo trong toàn vũ trụ chỉ giống nhau. Cũng vậy, một số người chuyên nghiệp có vẻ như có loại liên lụy cực đoan ấy đối với phối cảnh hẹp-hòi của họ.

Vì vậy hình như có sự mâu thuẫn giữa hai khía cạnh về tinh thần của người Tây phương.

Khi chúng ta tập luyện để mở mang tính trầm tĩnh, đôi lúc hữu ích nếu chúng ta dùng sự hình dung hóa. Thí dụ, quý vị có thể tưởng tượng ba người khác nhau trước quý vị: một người nào đó rất gần gũi với quý vị, một người nào đó xem như là kẻ thù mà quý vị không thích, và rồi một người nào đó hoàn toàn trung lập là người mà quý vị vô tư với họ. Rồi để những cảm xúc và những tư tưởng tự nhiên của quý vị nổi lên trong sự liên hệ với ba cá nhân này. Một khi quý vị cho phép các cảm giác tự nhiên nổi lên, quý vị sẽ thấy rằng đối với những người thương yêu quý vị cảm thấy một ý nghĩa gần gũi và với một sự liên hệ lớn, đối với người mà quý vị không thích, quý vị có thể cảm thấy nóng giận và một ý nghĩa cách xa, và đối với người trung lập quý vị khó cảm thấy một cảm xúc nào.

Đến lúc này, hãy cố gắng để lý luận với chính quý vị. Tại sao tôi cảm thấy những cảm xúc khác nhau đối với ba người ấy? "Tại sao tôi cảm thấy bị dính liền với những người tôi yêu thương?" Quý vị có thể bắt đầu thấy rằng có một vài vùng đất cho sự liên lụy của quý vị: một người thân yêu với quý vị bởi vì người ấy đã làm điều này điều khác cho quý vị, và v.v.... Nhưng rồi nếu quý vị hỏi quý vị liệu những tính chất này bất diệt hay không và liệu con người này có luôn luôn như vậy hay không, rồi quý vị có thể đồng ý rằng đây không phải nhất thiết như vậy. Một người nào đó có thể là một người bạn ngày hôm nay nhưng trở thành một kẻ thù ngày mai. Điều này đặc biệt đúng đối với quan điểm của Phật giáo, khi chúng tôi nghĩ đến nhiều cuộc đời — một người nào đó gần gũi với quý vị trong đời này có thể là một kẻ thù trong đời khác. Từ phối cảnh này nó không có một vùng đất nào cho việc cảm nhận một sự liên lụy như vậy.

Cùng một cách như thế, rồi quay sự chú ý của quý vị về hướng người quý vị ghét và hỏi chính quý vị, "Trên nền tảng nào tôi cảm thấy những cảm xúc âm tính đối với người này?" Một lần nữa, điều này có thể bởi vì người ấy đã làm một hành động gì đó với quý vị. Nhưng rồi hãy hỏi lấy quý vị liệu người ấy có thể giữ mãi là kẻ thù của quý vị suốt cả cuộc đời của họ. Và rồi, nếu quý vị đặt câu hỏi này vào trong nhiều cuộc đời khác, quý vị sẽ nhận ra rằng con người ấy có thể rất thân thuộc với quý vị trong cuộc đời đã qua, như vậy cái hiện trạng kẻ thù của quý vị chỉ là một sự tạm thời ngắn-ngủi. Quý vị bắt đầu thấy rằng không có một vùng đất nào khả dĩ minh chứng để có một sự thù ghét và tức giận như vậy đối với cá nhân ấy.

Cuối cùng, hãy xem đến người ở giữa, là người mà quý vị cảm thấy hoàn toàn vô tư. Nếu quý vị lại đưa lên câu hỏi giống như vậy, quý vị sẽ nhận ra rằng người ấy có thể có rất ít sự thích đáng cho cuộc sống hiện tại của quý vị nhưng có thể quan trọng đối với quý vị trong những cuộc đời trong quá khứ; và ngay cả trong chính suốt cuộc đời này, người ấy có thể trở nên quan trọng đối với quý vị vào một thời điểm nào đó trong tương lai. Như vậy loại hình dung hóa này giúp làm san bằng những cảm xúc thăng trầm cực đoan mà quý vị cảm thấy đối với tha nhân, và để thiết lập một căn bản bền vững trên đó quý vị có thể kiến tạo một ý nghĩa quân bình của sự gần gũi.

Gyaltsap Rinpoche đã cho một loại-suy-luận học tuyệt vời để giải thích điều này. Ông ta so sánh tính trầm tĩnh với đất màu phì nhiêu và một mảnh đất bằng phẳng. Một khi quý vị đã cày một cánh đồng phì nhiêu và làm bằng phẳng mặt đất, quý vị tưới nước cho đất với sự ẩm ướt của tình thương, và rồi quý vị có thể trồng hạt giống của lòng từ bi. Nếu quý vị nuôi dưỡng nó một cách liên tục thì đọt măng non của lòng từ bi *bodhichitta*, cái ý định của lòng vị tha, sẽ mọc lên một cách tự nhiên. Tôi nghĩ đây là một hình tượng đẹp.

Nếu chúng ta suy nghĩ dọc theo con đường này, và đặt câu hỏi với những cảm xúc của chúng ta từ nhiều góc cạnh, chúng ta đi đến việc thưởng thức rằng những cảm xúc cực đoan mà chúng ta dự tính sẽ cảm nghĩ về tha nhân, và những thái độ do chúng đem lại, có lẽ không khôn ngoan.

Nghĩ Đến Tha Nhân Như Là Một Người Thân Yêu

Khi đã mở mang tính trầm tĩnh, chúng ta có thể bắt đầu giai đoạn thứ nhất của sự tập luyện bảy điểm, tức là triển khai thái độ suy nghĩ về tất cả mọi người khác như người thương yêu ngang bằng với người mẹ của quý vị, hoặc người cha, hoặc người bạn. Ở đây, lẽ dĩ nhiên, những bài học lấy ý tưởng của những đời sống không có sự bắt đầu, cho nên tất cả những sinh vật có tri giác khác được xem như đã là mẹ hoặc cha hoặc bạn của chúng ta ở vào một điểm này hoặc điểm khác. Đây là cách thức chúng ta cố gắng để liên hệ với tha nhân và để mở mang một ý nghĩa chân thật về sự móc nối.

Lý do tại sao sự tập luyện này theo cổ truyền được xem là quan trọng bởi vì, trong thiên nhiên, chính những người mẹ giữ vai trò tối thiết yếu trong việc cấp dưỡng và nuôi nấng con cái họ lớn lên. Trong vài loại động vật cả mẹ và cha tiếp tục sống với nhau để săn sóc con cái của chúng, nhưng trong hầu hết các trường hợp chỉ có con mẹ. Có vài ngoại lệ, lẽ dĩ nhiên. Có vài loài chim con mẹ hầu như không tham dự vào việc xây cái tổ; chính con trống khó nhọc một mình xây tổ trong khi con mái chỉ đứng nhìn và kiểm soát hậu quả việc xây! Hình như hoàn toàn hợp tình rằng con trống đảm nhận trách nhiệm lớn hơn trong tiến trình nuôi dưỡng. Tuy nhiên trường hợp như vậy hiếm có.

Những con bươm-bướm cho một thí dụ lý thú khác. Con bươm-bướm đẻ trứng, và không có cơ hội nào con mẹ sẽ gặp con của nó khi những con sâu bướm nở ra, mặc dầu sự kiện như vậy con bướm mẹ phải chắc-chắn rằng những cái trứng phải được đặt ở một chỗ an toàn với sự cung cấp thức ăn, sự bảo vệ tự nhiên, và v.v.... Chúng ta không thể nói rằng các con vật ấy có lòng từ bi trong ý nghĩa mà chúng ta hiểu nó, nhưng dù có thể lý do gì đi nữa, dù nó là một vấn đề sinh vật hoặc những tiến trình hóa học hoặc lòng từ bi, sự thật tồn tại là các con mẹ trải qua một khoảng thời gian dài kinh khủng nhằm bảo đảm sự an toàn và sự an lạc của các con cái của chúng.

Ấy chính vì những lý do này các sách vở Tây Tạng và Ấn Độ lấy các người mẹ làm gương mẫu để chúng ta liên hệ với tha nhân như thế nào. Trong thực tế sinh ngữ Tây-tạng đã uốn nắn một ngôn từ đặc biệt cho "những người mẹ già sinh linh mến yêu", và sự phô bày này đã trở nên ăn sâu vào tâm lý người dân, nó có một tiếng rung đầy thi-vị trong ấy. Ngày nay, bất cứ khi nào người ta đưa vấn đề nam nữ lên trong văn chương Tây Tạng, tôi nói với họ rằng theo tôi toàn ý nghĩa của "người mẹ sinh linh," và sự diễn tả của người Tây Tạng đi theo nó, là một gương tốt về tình người mẹ được đánh giá thế nào trong văn chương Phật giáo. Sự diễn tả "những người mẹ già sinh linh mến yêu", ma *gen sem chen tam che,* có một sự rung động đầy thi vị và ngay cả đầy tình cảm mạnh-mẽ trong ấy, trong khi đó nếu quý vị cố gắng để nặn ra một sự diễn tả như vậy đại danh từ nam, *pa gen sem chen tam che,* nó không rung lên hợp lý một tí nào. Thực ra tiếng "cha già yêu mến" trong tiếng Tây Tạng có một ý nghĩa làm dáng cấp một người nào có tính cách vô loại hay vô trách nhiệm!

Trong văn chương cổ truyền, người ta cho rằng sự công nhận thâm sâu về tất cả mọi sinh linh như là mẹ của mình được căn cứ trên ý niệm của các cuộc đời liên tục, cho nên toàn thể vấn đề về sự tái sinh và những đời trong quá khứ được thể hiện trong bức tranh ở đây. Giáo lý Phật giáo nhấn mạnh sự cần thiết để hiểu sự khả hữu của việc tái sinh trên nền tảng của sự hiểu biết về thiên nhiên tính của ý thức. Cái cốt điểm đã được nói lên, như chúng ta đã thấy trước đây, rằng sự ý thức là một hiện tượng xảy ra chỉ đúng ngay vào một giây lát trước đó của ý thức. Vật chất không thể trở thành ý thức. Khi đề cập đến sự nối kết giữa tinh thần và vật chất một cách tổng quát, một người có thể đóng góp vào sự tạo nguyên nhân cho người kia, nhưng trong ý nghĩa về sự liên tục của một cá nhân, sự ý thức phải được gây ra bởi một giây lát đang tiến tới trước của ý thức.

Ngày nay mọi người đều nói đến ý thức và tinh thần, tư tưởng và cảm xúc, và v.v..., nhưng trong Phật giáo ý thức được định nghĩa một sự nhận biết." Nó là khả năng để nhận biết và của sự ý thức sơ đẳng. Nó chỉ tốt thôi để nói một cách tổng quát về những điều này, nhưng cá nhân tôi cảm thấy rằng một sự hiểu biết thật sự về ý nghĩa gì khi chúng ta nói đến ý thức chỉ có thể đến được từ căn bản của kinh nnghiệm. Tôi không nghĩ rằng sự thảo luận tinh thần hoặc sự mô tả bằng khẩu lợi một mình nó có thể chuyển đạt ý nghĩa của ý thức. Theo quan niệm của tôi, một sự hiểu biết có kinh nghiệm về ý thức hoặc tinh thần thì vô giá.

Trong truyền thống Tây Tạng chúng tôi có nhiều kỹ thuật khác nhau để giúp cho chúng tôi mở mang một sự hiểu biết có kinh nghiệm về nghĩa của ý thức là gì. Truyền thống Dzogchen, thí dụ, có sự tập luyện quan sát thiên nhiên tính của tinh thần khi quý vị bắt đầu với một ý nghĩa ngạc nhiên, rồi cho phép tư tưởng cả quý vị nổi dậy, và, trong trạng thái trung hòa đó, quý vị quan sát sự hoạt động của tinh thần, cũng tương tự như vậy, trong truyền thống Sakya của *Hiệp Hội Uyên Thâm và Trong Sáng (Union of Profoundness and Clarity)*, người ta quan sát thiên nhiên tính của tinh thần bằng cách cho phép tinh thần nghỉ ngơi trong trạng thái tự nhiên không được dự liệu trước, và rồi quan sát sự hoạt động của nó. Trong các truyền thống Geluk và Kagyu, cũng thế, có những sự tu luyện về Mahamudra (Triện Sơn Vĩ Đại) để nhận diện ý nghĩa của tinh thần. Nếu quý vị tham dự vào các tu luyện như vậy, và nếu, như là một kết quả, quý vị lãnh hội một ý nghĩa có kinh nghiệm về ý thức là gì, rồi khi quý vị cố gắng để hiểu sự liên tục không có khởi điểm của ý thức nó sẽ mang lại một vài ý nghĩa nào đó cho quý vị. Nếu không, sự phát biểu đơn thuần rằng mỗi thời khắc của ý thức phải được đi đến trước bởi một khoảnh-khắc khác của ý-thức không thể dễ dàng chấp nhận.

Sự Phản Ảnh về Lòng Nhân Đạo Của Tất Cả Các Sinh Linh

Yếu tố thứ hai của nguyên tắc bảy điểm nguyên nhân và hậu quả là phản ảnh lên trên lòng nhân đạo của tất cả các sinh linh. Trong việc thiền định của quý vị, quý vị chú tâm vào lòng nhân đạo của tha nhân, đặc biệt trong ý nghĩa họ là người mẹ của quý vị trong cuộc đời này hay các cuộc đời khác, và điều này sẽ tự nhiên dẫn đến ý tưởng, "Tôi phải trả lại lòng nhân đạo của họ. Tôi phải nhận biết lòng nhân đạo cao thâm họ đã biểu hiện cho tôi". Những cảm nghĩ như thế sẽ nổi dậy một cách tự nhiên trong một số người đáng quí trọng, có đạo đức, và có điều mà chúng ta gọi là "văn minh".

Một khi quý vị công nhận tất cả mọi người khác là những người mẹ tốt, đáng yêu quí thì một cách tự nhiên quý vị sẽ cảm thấy gần gũi với họ. Lấy sự kiện này làm nền tảng, quý vị nên triển khai lòng thương yêu hay lòng-nhân-đạo-đáng-yêu, điều đó theo truyền thống được định nghĩa là sự ước mong để thấy tha nhân thưởng thức niềm hy vọng, và rồi quý vị cũng mở mang lòng từ bi, tức là sự ước mong cho tha nhân được tự do khỏi sự khổ đau. Tình thương yêu và lòng từ bi là hai mặt của cùng một đồng tiền xu.

Trao Đổi và San-Bằng-Hóa Cái Tôi với Tha Nhân

Chúng ta bây giờ sẽ trở lại nguyên tắc khác để chuyển hóa tinh thần, đó là sự trao đổi và ngang-bằng-hóa cái tôi với tha nhân. Ở đây một lần nữa, giai đoạn đầu tiên là triển khai tính trầm tĩnh, mặc dầu tính trầm tĩnh trong khuôn khổ bài này khác với những gì chúng ta nói trước đây. ở đây, trầm tĩnh được hiểu như là sự ngang bằng căn bản của tất cả mọi sinh linh, trong ý nghĩa rằng cũng chỉ như quý vị có sự ước mong tức thì để được hạnh phúc và vượt qua sự khổ đau, cũng như mỗi một sinh linh khác vậy, trong một phương cách bằng nhau.

Bây giờ chúng ta cố gắng châm chích sâu đậm hơn nhằm hiểu sự nguyện vọng để được tự do khỏi sự khổ đau có nghĩa là gì. Nó không xuất hiện từ ý nghĩa của sự-quan-trọng-củachính-mình, hoặc sự-tự-yêu-thương-chính-mình, những sự hiểu biết như vậy không đóng một vai trò gì *ở* đây. Sự nguyện vọng căn bản này nổi dậy trong chúng ta thuần túy chỉ vì một sự kiện thực tế rằng chúng ta là những sự hiện hữu đang sống có ý thức. Cùng với sự phấn khởi này nó đến một sự tự nguyện rằng tôi, như là một cá nhân, có một quyền chính đáng để làm chu toàn trọn vẹn sự ước vọng của tôi. Nếu chúng ta chấp nhận điều này, chúng ta có thể liên hệ với cùng nguyên tắc giống nhau với tha nhân và chúng ta sẽ nhận ra rằng mọi người khác cũng chia sẻ sự phấn khởi này. Vì vậy, nếu tôi như là một cá nhân có quyền để làm trọn vẹn sự ước vọng của tôi, thì tha nhân, cũng vậy, có một quyền ngang bằng nhau để làm trọn vẹn sự ước vọng của họ. Chính vì trên những vùng đất này mọi người phải công nhận tính bình đẳng của tất cả mọi sinh linh.

Trong việc tập luyện sự ngang-bằng-hóa và sự trao đổi cái tôi với tha nhân, đây là giai đoạn ngang-bằng-hóa, ở đó chúng ta mở mang một sự hiểu biết rằng chúng ta và tha nhân thật sự căn bản ngang bằng nhau. Giai đoạn tới liên đới đến việc phản ảnh lên trên những sự thiếu sót những tư-tưởng-tự-yêu-thương một cách thái quá, và những hậu quả âm tính của chúng, cũng như phản ảnh lên trên các công trình mở mang những tư tưởng yêu thương chiều chuộng sự an lạc của tha nhân.

Làm sao để chúng ta thực hiện điều này? Chúng ta bắt đầu bằng cách so sánh chính chúng ta với tha nhân. Chúng ta đã chấp nhận rằng có một sự bằng nhau căn bản giữa chúng ta với tha nhân trong nghĩa của sự phấn khởi của mỗi người để được hạnh phúc và vượt qua sự đau khổ, và chúng ta cũng công nhận rằng tất cả mọi sinh linh, bao gồm cả chúng ta, có một luật bình đẳng để thực hiện sự phấn khởi ấy. Dù sự quan trọng của một cá nhân là như thế nào đi nữa, và dù không quan trọng như thế nào đi nữa, trong một ý nghĩa trần thế, có thể cả những nơi khác, cho đến bao giờ khi sự kiện căn bản của việc ước nguyện để được hạnh phúc và vượt qua sự khổ đau còn nghĩ đến, có sự tuyệt đối. Như vậy cái gì khác biệt giữa chúng ta? Sự khác biệt thật sự chỉ là một vấn đề con số, dù cho sự quan trọng của một cá nhân như thế nào đi nữa, quyền lợi của một cá nhân đó chỉ là quyền lợi của đơn thuần một sinh linh, trong đó quyền lợi của tha nhân là quyền lợi của con số vô hạn định của các sinh linh.

Câu hỏi được đặt ra là, cái nào quan trọng hơn? Một cách đơn giản từ cái nhìn về quan điểm của lượng số, nếu chúng ta muốn được công bình chúng ta phải chấp nhận rằng quyền lợi của tha nhân quan trọng hơn của chúng ta. Ngay cả trong thế giới trần tục chúng ta biết rằng những vấn đề đụng chạm đến quyền lợi cuộc sống của nhiều người thông thường được trao cho không với một sự quan trọng hơn là chạm đến quyền lợi một số ít người hoặc một cá nhân đơn thuần. Cho nên, một cách luận lý, người ta phải chấp nhận rằng sự an lạc của tha nhân quan trọng hơn là của một cá nhân chính mình. Để được hoàn toàn thuần lý hoặc khách quan, người ta có thể nói rằng việc hy sinh quyền lợi của đa số cho chỉ vì một người là thiếu khôn ngoan và là một hành động điên rồ, trong khi đó sự hy sinh quyền lợi của một cá nhân cho sự lợi ích của một số vô hạn định tha nhân thì nhiều thuần lý hơn, nếu một sự lựa chọn như vậy là cần thiết.

Bây giờ, quý vị có thể nghĩ rằng tất cả các điều trên nghe có vẻ đúng, nhưng vào cuối của một ngày quý vị là "quý vị" và tha nhân là "tha nhân". Nếu cái tôi và tha nhân hoàn toàn độc lập với nhau, và không có một sự dính líu nào dù cho bất cứ một điều gì, như vậy có lẽ có trường hợp bỏ qua sự an lạc của tha nhân và chỉ đơn giản đeo đuổi quyền lợi của chính một người mình. Tuy nhiên, điều này không thể như thế được. Cái tôi và tha nhân không hoàn toàn thật sự độc lập; trong thực tế, quyền lợi của mỗi bên được dệt vào nhau

Từ quan điểm của Phật giáo, ngay cả lúc quý vị không được giác ngộ cuộc sống của quý vị quá dệt vào nhau với những người khác mà quý vị không thể nào khắc-chạm quý vị để thoát ra khỏi một người đơn độc. Cũng còn nữa, khi quý vị đi theo con đường tinh thần, nhiều sự nhận thức tinh thần lệ thuộc sự giao tế của quý vị với tha nhân, cho nên ở đây một lần nữa, tha nhân không thể bỏ qua được. Ngay cả khi quý vị đạt được trạng thái cao nhất của sự giác ngộ, những sinh hoạt giác ngộ vì cho lợi ích của tha nhân. Thật vậy, sinh hoạt giác ngộ đến một cách tức thời bởi sự kiện đạo đức rằng các sinh linh khác hiện hữu, cho nên tha nhân không thể bị bỏ qua được ngay cả tại giai đoạn ấy. Cuộc đời của quý vị và cuộc đời của tha nhân thật quá được móc nối vào nhau đến nỗi ý tưởng về cái tôi là điều hoàn toàn khác biệt và độc lập với tha nhân thật sự không tạo nên một ý nghĩa nào.

Mặc dù đây là một thực trạng, nó không được phản chiếu trong lối xử sự của chúng ta. Mãi cho đến bây giờ, hãy bỏ qua cái thực trạng, chúng ta đã nuôi dưỡng trong chính chúng ta một sự phức tạp hoàn toàn về những tư tưởng tự-thương-yêuchính-mình. Chúng ta tin tưởng vào một vài điều mà chúng ta rất thương-yêu-say-đắm và chúng ta xem là quí hóa, một cái gì đó như là cái cốt lõi của sự hiện hữu của chúng ta; và điều này lại được đồng hành bởi một sự tin tưởng mạnh-mẽ trong sự hiện hữu của chúng ta như là sự hiện hữu của một cá nhân với một thực trạng độc lập. Sự tin tưởng rằng có một cái tôi thật chính hiệu, và sự thương yêu về quyền lợi của một người với sự hy sinh của tha nhân, là hai tư tưởng và cảm xúc chính mà chúng ta đã nuôi dưỡng trong chúng ta trong suốt qua nhiều đời. Nhưng cái gì là hậu quả của điều này? Lợi ích gì nó mang lại? Chúng ta vẫn tiếp tục chịu khổ đau, chúng ta vẫn tiếp tục kinh nghiệm những tư tưởng và cảm xúc âm tính, cho nên sự tự-thương-yêu-chính-mình không đưa chúng ta đi đâu xa. Lại nữa, nếu chúng ta chuyển hướng sự chú tâm của chúng ta vào tha nhân và vào trong thế giới rộng lớn hơn, tất cả những sự khó khăn và những sự khổ đau và v.v..., chúng ta sẽ thấy rằng nhiều vấn đề trở ngại này là những hậu quả trực tiếp hay gián tiếp của những trạng thái âm tính không có kỷ luật về tinh thần. Và những điều này đến từ đâu? Từ sự tổng hợp mạnh-mẽ này của tính-tự-hướng-nội và sự tin tưởng vào sự hiện hữu độc lập của chúng ta. Bằng cách chuyển hướng sự chú ý của chúng ta đến thế giới rộng lớn hơn trong phương cách này, chúng ta có thể bắt đầu thưởng thức hậu quả tàn phá khủng khiếp của tư tưởng này.

Những thái độ này không hữu ích ngay từ quan điểm ích kỷ về chính mình của một cá nhân. Chúng ta có thể hỏi chính chúng ta, "Lợi tức gì mà tôi với tư cách một cá nhân nhận được từ tính-tự-hướng-nội của tôi?" Một khi quý vị thật sự suy nghĩ một cách thật sâu đậm, quý vị sẽ nhận thấy rằng câu trả lời là "Không nhiều lắm."

Trong thực tế, các sự tin tưởng này là cội nguồn của sự khổ sở và đau đớn ngay cả cho một cá nhân. Văn chương Phật giáo chứa đầy cả những sự bàn luận về vấn đề này. Thật thú vị thay, khoảng hai năm trước đây, tôi hiện diện tại một cuộc hội nghị Y khoa tại Hoa kỳ, một nhà tâm lý học tham dự hội nghị đã dâng lên một sự khám phá do sự nghiên cứu mà ông ta đã thực hiện trong một thời gian lâu dài. Một kết luận mà ông ta nhận thấy không thể phản bác được rằng hình như có sự liên hệ giữa sự chết sớm, bệnh cao máu và bệnh tim một phía, và sự dùng đặc biệt rất nhiều về đại danh từ thứ nhất so với các đại danh từ khác ("Tôi", "về tôi," và "của tôi"). Tôi nghĩ sự khám phá này rất chí lý. Ngay cả các nghiên cứu khoa học hình như cho thấy có một sự liên quan giữa việc tự-thương-yêu-chính-mình quá đáng và sự hủy hoại về sự an-lạc của một người. Một cách ngẫu nhiên, bây giờ một câu nói đã được lập thành trong tiếng Tây Tạng, *nga rinpoche, có* nghĩa là "Tôi, một kẻ quí giá." Mặc dầu nghe có vẻ hơi lạ-lùng, nó thật là một câu nói chí lý!

Bây giờ trái ngược lại, nếu quý vị chuyển hướng sự chú ý từ quý vị sang tha nhân, trải dài sự ưu tư đến tha nhân, rồi điều này sẽ có một ảnh hưởng tức thời để mở rộng cuộc đời của quý vị và giúp quý vị nới tay dài ra. Nói cách khác, sự tập luyện để triển khai lòng vị tha có hiệu quả ích lợi không phải chỉ từ quan điểm tôn giáo nhưng còn từ quan điểm của trần thế, không phải chỉ dành cho việc mở mang tinh thần dài hạn nhưng ngay cả trong ý nghĩa của những tặng thưởng tức thì. Từ kinh nghiệm cá nhân của tôi tôi có thể nói với quý vị rằng khi tôi tập luyện lòng vị tha và săn sóc những người khác, nó tức thì làm cho tôi dịu hơn và an toàn hơn. Cho nên lòng vị tha mang lợi ích tức thì.

Điều ấy cũng áp dụng khi quý vị triển khai sự hiểu biết rằng cái tôi thật sự không phải là một thực thể hiện hữu độc lập, và bắt đầu nhìn cái tôi thay vì đó trong ý nghĩa của một sự liên hệ lệ thuộc với tha nhân. Mặc dù khó để nói rằng việc chỉ thuần phản ảnh lên điều này sẽ sản xuất một sự nhận thức hóa tinh thần sâu đậm, nó sẽ ít nhất có phần nào hậu quả. Tinh thần của quý vị sẽ cởi mở nhiều hơn. Vài điều gì đó sẽ bắt đầu thay đổi trong con người quý vị. Vì vậy, ngay cả trong ý nghĩa trung bình nhất định có một hiệu quả dương tính và lợi ích trong việc đảo ngược lại hai thái độ này và chuyển từ tín-hhướng-nội-chính-mình sang việc hướng-nội-tha-nhân, từ sự tin tưởng trong sự-tự-hiện hữu sang sự khởi đầu có lệ thuộc.

Để tổng kết, tôi đồng ý với Shantideva khi ông ta viết:

Cần gì phải nói nhiều hơn?

Việc làm con trẻ cho lợi ích chính mình, Việc làm phật tính cho lợi ích tha nhân.

Hãy chỉ nhìn vào sự khác biệt giữa hai việc làm.

Nếu tôi không trao đổi niềm hạnh phúc của tôi Cho sự khổ đau của tha nhân,

Tôi sẽ không đạt được trạng thái của Phật Thích Ca và ngay cả trong kiếp tái sinh tôi cũng sẽ không được an vui.

Cội nguồn của mọi sự khổ đau trong cõi ta bà thế giới Nằm trong sự suy tưởng về cái tôi;

Cội nguồn của mọi nỗi niềm hạnh phúc Nằm trong sự suy tưởng đến tha nhân.

CÂU HỎI

* **Câu hỏi:** Nếu trí khôn và lòng từ bi là những tính chất hay phẩm chất tự nhiên của tinh thần giác ngộ, tại sao chúng ta phải làm một cách khổ sở để triển khai nó?

NDL: Chúng ta hãy lấy một trường hợp đơn giản như là hạt giống. Chúng ta tất cả đều biết hạt giống có tiềm năng nở lên thành cây, khi nào chúng ta đặt nó vào đúng đất, bón phân, tưới nước, giữ đúng nhiệt độ, và v.v.... Mặc dầu chúng ta công nhận rằng hạt giống có tiềm năng trong nó, có cả một tiến trình phức tạp liên đới đến, và nhiều sự nuôi dưỡng để bảo đảm rằng hạt giống mọc lên thành một cây lớn trọn vẹn. Nó cũng giông như chúng ta. Một lý do khác là bởi vì những khía cạnh âm tính của tinh thần chúng ta thì quá in nhuộm vào.

*Câu hỏi: Làm thế nào để chúng ta phân biệt được giữa vô-ngã-tính và thụ-động-tính?

NDL: Tôi nghĩ thật quan trọng để hiểu rằng khi chúng ta nói đến lòng vị tha và sự an lạc của tha nhân, chúng ta không nên tưởng tượng phương cách này hoàn toàn từ bỏ quyền lợi của chính chúng ta. Đây là một sự hiểu lầm. Trong thực tế, loại lòng vị tha chú trọng vào sự an lạc của tha nhân đến như là hậu quả của một trạng thái rất can đảm của tinh thần, một thái độ rất dãn nở và một ý nghĩa mạnh về cái tôi—nhiều lắm đến nổi người ấy có thể thách thức tính- hướng-nội-chínhmình đầy tính-tự-thương-yêu-chính-mình mà nó có khuynh hướng cai trị cuộc đời của chúng ta. Để làm điều ấy, chúng ta cần một ý nghĩa mạnh về cái tôi và một sự can đảm chân thật bởi vì những khuynh hướng này hình như ăn sâu đậm vào trong chúng ta. Đây là lý do tại sao tôi thường nói với người ta rằng một bồ tát bodhisattva, là người hiện thân của lý tưởng vị tha này, là một cách mâu thuẫn, người có một ý nghĩa rất mạnh về cái tôi, bởi vì không có nó người ấy không thể có được mức độ thệ nguyện và can đảm ấy. Vì vậy quý vị không nên nghĩ rằng ý định của tính vị tha mà chúng ta đề cập đến chỉ là một trạng thái thụ động thuần túy để làm một nguyện ước có tính cách vì đạo giáo.

• Câu hỏi: Khi Ngài nói về sự kiểm soát các sự cảm xúc, trong thế giới Tây phương điều ấy đôi lúc có nghĩa là một sự chà đạp hay dập tắt các cảm xúc. Làm thế nào để chúng ta tiến đến việc tu tập này với tính-sáng-sủa của tinh thần?

NDL: Lẽ dĩ nhiên thật đúng rằng đôi lúc sự dập tắt có thể âm tính và nguy hại, đặc biệt nếu sự cảm xúc về bất mãn hoặc sự tức giận có liên hệ đến vài kinh nghiệm đau đớn trong quá khứ. Trong những trường hợp này, biểu lộ sự cảm xúc có thể giải tỏa được. Có một câu châm ngôn Tây Tạng nói rằng nếu cái tù- và bị nghẹt, quý vị có thể làm thông nó bằng cách thổi vào trong nó. Trong Phật giáo có một sự hiểu biết vài loại cảm xúc có liên hệ với những kinh nghiệm trong quá khứ về một loại đau đớn thì nên biểu lộ chúng ra. Nhưng thông thường một điều có thể hình như đúng, ít nhất từ quan điểm của Phật giáo, rằng những cảm xúc âm tính như tức giận và thù ghét là những điều mà quý vị càng gia tăng chúng, chúng lại càng trở nên mạnh hơn. Nếu quý vị không công nhận rằng thiên tính của chúng là hủy hoại, và nếu quý vị liên hệ với chúng như là những khía cạnh tâm lý chỉ đến rồi đi, để mặc cho tiến trình ấy nắm lấy con đường đi của chúng, thì loại liên hệ không kiểm soát ấy với các cảm xúc âm tính thật sự có thể làm cho càng ngày càng có khuynh hướng cho cảm xúc bùng nổ. Mặt khác, nếu quý vị có một sự nhận thức rõ-ràng về tiềm năng phá hoại của chúng, chính sự nhận thức ấy có thể có một hiệu quả để làm cho quý vị bắt đầu tách xa quý vị khỏi chúng nó. Dần-dà, sức mạnh của chúng sẽ bắt đầu giảm.

*Câu hỏi: Tại sao những tư tưởng và những cảm xúc dương tính lại được chọn ưu đãi và khuyến khích hơn là những điều âm tính? Có phải vì chúng nó không được vô thường bằng hay thiếu tính tự tồn độc lập?

NDL: Lý do tại sao những tư tưởng và những cảm xúc dương tính được ưu đãi và khuyến khích hơn những điều âm tính là vì, mặc dầu cả hai chúng nó đều vô thường bằng nhau và thiếu tính tồn tại cố hữu bằng nhau, thực tế vẫn còn là những tư tưởng và những cảm xúc âm tính mang đến những kinh nghiệm khổ sở và đớn đau, trong khi đó những điều dương tính mang đến hạnh phúc. Và hạnh phúc là cái gì tất cả chúng ta ước muốn để thực hiện, cả hạnh phúc và đau khổ đều thay đổi luôn luôn, cũng như vậy, cho nên quý vị dùng luận lý rằng không cần để đi tìm hạnh phúc, và không cần phải cố gắng để giảm nhẹ chúng ta khỏi sự khổ đau! Nếu chúng nó thay đổi từ giây lát này đến giây lát khác, thì chúng ta chỉ nằm ngã xuống và chờ sự thay đổi. Tôi không nghĩ rằng đây là phương cách thích đáng. Chúng ta nên nhiệt tâm cố gắng để thực hiện những điều gây ra hạnh phúc, và bất cứ điều gì tạo sự khổ đau chúng ta nhiệt tâm cố gắng vượt qua.

* Câu hỏi: Trên con đường tinh thần chúng ta cố gắng từ bỏ sự tự-thương-yêu-chính-mình, nhưng trong thế giới Tây phương nhiều người không yêu thương chính họ, ngay cả trong việc mở mang sự xuống tinh thần kinh niên và muốn tự tử. Làm thế nào để chúng ta đương đầu với những vấn đề này?

NDL: Theo cách tôi hiểu nó, ý niệm toàn thể của sự tự-ghét-chính-mình không có nghĩa rằng người ấy không yêu thương gì đến họ. Tôi thật sự tin rằng ở cội rễ của sự tựthương-yêu-chính-mình phải có quá nhiều sự tự-yêu-thươngchính-mình hoặc sự hệ lụy quá nhiều đến chính mình. Sự kỳ vọng về chính mình của một người quá cao đến nỗi khi sự kỳ vọng ấy không đạt được sẽ có một sự thất vọng căng thẳng, nó tạo dựng lên một tính năng động âm tính.

Tôi nghĩ thật là quan trọng để không bị hiểu lầm những điều giáo lý Phật giáo có nghĩa như thế nào bởi ý nghĩa vượt qua những thái độ tự-yêu-thương-chính-mình. Chúng tôi không muốn nói rằng những vị tu luyện tinh thần phải hoàn toàn bỏ qua hoặc từ bỏ mục đích của sự tự-làm-vunđầy-chính-mình, đúng hơn là chúng tôi khuyên họ vượt qua tính ích kỷ đầy tinh thần nhỏ-mọn mà nó làm cho chúng ta bị quên đi không nghĩ đến sự an lạc của tha nhân và bỏ quên sự hiệu quả về các hành động của chúng ta có thể ảnh hưởng đối với chúng. Chính vì loại ích kỷ này đang được nhắm đến, chứ không phải tính ích kỷ để đi tìm sự tự-vun-đầy-chính-mình cho lợi ích thâm sâu hơn của một người. Trong thực tế, quý vị có thể nhớ rằng bodhichitta được định nghĩa như là ý định của lòng vị tha để trở thành giác ngộ một cách hoàn toàn cho lợi ích của tất cả các sinh linh, cho nên ý tưởng ấy nằm trong một sự nhận biết rằng việc đạt được sự giác ngộ hoàn toàn nhất thiết không chỉ có khả năng làm lợi cho tha nhân, nhưng cũng để cho sự hoàn-toàn-hóa của bản chất thiên nhiên của chính chúng ta. Lòng từ bi bodhichitta vì vậy ám chỉ một sự công nhận sự cần thiết để làm vun đầy cái lợi-ích-riêng-chính-mình chân thật của một người.

Thực tế, nếu giáo lý Phật giáo về lòng vi-tha thật sự có nghĩa rằng chúng ta nên từ bỏ lợi-ích-riêng-chính-mình và từ bỏ tất cả chúng nó, thì một cách luận lý điều này sẽ ám chỉ rằng chúng ta cũng không nên phục vụ cho lợi ích của tha nhân, bởi vì, theo Phật giáo, một trong những sản phẩm của việc giúp đỡ tha nhân là quý vị cũng làm lợi cho chính quý vị. Vì vậy điều này có nghĩa rằng chúng ta không nên phụng sự cho tha nhân cũng chẳng cho chính mình.

Lại nữa, nếu chúng nhìn vào văn chương Phật giáo cổ điển về lòng từ bi bodhichitta, chúng ta thấy thí dụ trong cuốn Sublime Continuum (Ratnagotravibhaga) ông Maitreya giải thích rằng tất cả mọi sinh linh đều hoàn toàn ngang bằng nhau trong việc sở hữu chủ cái thiên tính Phật. Điều này có nghĩa rằng tất cả chúng ta có hạt nhân của lòng nhân đạo về phật tính, và lòng từ bi của phật tính hướng về tất cả mọi sinh linh, và vì vậy tiềm năng của sự giác ngộ và cho sự hoàn-hảohóa nằm trong mỗi con người của chúng ta. Điểm chính để dạy điều này là để làm tiêm nhiễm vào người tu luyện một ỹ nghĩa sâu đậm về sự can đảm và một ý nghĩa mạnh về mục đích; nếu điều ấy không đúng hẳn như vậy, thì sự tham dự vào các việc chiêm ngưỡng về tính bình đẳng của mọi sinh linh trở nên đầy vô nghĩa.

* Câu hỏi: Đôi lúc, sự tức giận tôi cảm thấy nó có trong nền tảng của sự sợ-hãi. Khi tôi bị tức giận tôi cảm thấy có sức mạnh hơn, và rồi tôi không lo sợ gì nữa. Làm thế nào tôi nên đương đầu với điều này?

NDL: Điều ấy rất đúng; chúng ta tất cả đều có kinh nghiệm ấy. Quý vị cảm thấy một cái gì can đảm và sức mạnh một khi quý vị bị tức giận, nhưng thực sự là một sức mạnh mù quáng. Năng lực của sự tức giận có thể không quá hữu ích, hoặc nó chỉ có hại: nó không chắc-chắn đi theo con đường nào. Sự tức giận cực đoan cuối cùng có thể mang quý vị đến ngay cả việc giết chết cuộc đời của chính quý vị, và như vậy thì rất điên khùng. Cho nên nó là một sức mạnh mù quáng.

Nếu quý vị ý thức một cách rõ-ràng sự tức giận nguy hại như thế nào, thì nên cố gắng để nhìn vào sự tức giận của quý vị nhiều hơn từ quan điểm ấy. Nó cũng lệ thuộc vào đối tượng của sự tức giận của quý vị. Thí dụ, nếu nó trực tiếp hướng về một cá nhân nào đó thì quý vị có thể nghĩ đến một vài phẩm chất dương tính của người ấy, nó có thể giúp làm giảm sự tức giận của quý vị. Mặt khác, nếu sự tức giận của quý vị là hậu quả của một kinh nghiệm đau đớn mà quý vị đang trải qua, hoặc liên hệ đến sự khủng hoảng thế giới hay thiên tai, thì lẽ dĩ nhiên có những vùng đất hữu lý cho nó. Dầu vậy, nếu quý vị suy nghĩ về nó một cách cẩn trọng, không lợi ích thật sự nào được thu đạt do bởi việc trở nên tức giận.

* Câu hỏi: Thưa Ngài, thật là cảm động khi đọc quan điểm của Ngài về tình trạng thảm khốc tại Kosovo. Kính xin Ngài có thể cho chúng tôi ý kiến liệu có bao giờ Ngài cảm thấy sự bạo động có thể được xem là chính đáng cho sự-tựvệ trong trường hợp một cá nhân, hoặc trên mức độ quốc gia trong ý nghĩa của một cuộc chiến tranh tự vệ.

NDL: Nói một cách lý thuyết, sự bạo động hay sự bất-bạo-động là những phương pháp, và nguyên động lực và những mục đích quan trọng nhiều hơn là phương pháp của chính nó trong việc quyết định liệu một hành động là thích hợp hay không. Vì vậy với một nguyên động lực chân thật để mang đến mục đích hữu ích, sự bạo động có thể được cho phép dưới một vài trường hợp. Nhưng rồi trên một mức độ thực tế, tôi nghĩ một trong những hình thái chính của sự bạo động là nó thật là không thể đoán trước được, cho nên một khi quý vị đã can dự vào nó, nó có thể tạo ra nhiều sự phức tạp hay những hậu quả phụ hệ mà nó lại không thể nhìn thấy từ cội nguồn của nó. Đây là cách thức làm sao chúng ta nhận lấy sự bạo động và sự phản bạo động, một cách vô tận, và nhiều đau đớn và khổ sở. Tôi nghĩ hoàn cảnh Kosovo xảy ra đúng y như vậy. Do bởi lý do này tôi nghĩ sự bạo động tốt hơn nên tránh.

Tại một cấp bộ sâu đậm hơn, tôi nghĩ đường ranh giới giữa bạo động và bất-bạo-động lệ thuộc vào nhiều nguyên động lực. Nếu nó chân thật khởi động với lòng từ bi, một lời nói có chút ít đắng cay hay một hành động có thực chất đắng cay thì thật sự là bất-bạo-động; với nguyên động lực âm tính, chẳng hạn như sự ước muốn để dối trá hoặc gài bẫy hoặc lạm dụng, thì ngay cả những lời nói và hành động biểu lộ một cách rõ-ràng thân mật chính là bạo động. Nguyên động lực là yếu tố quan trọng nhất. Trong ý nghĩa này, sự bạo động có nghĩa mọi hành vi được kích động bởi sự thù ghét.

Bây giờ, đó là sự khác biệt về lý thuyết giữa sự bạo động và sự bất-bạo- động, và nếu một người nào đó tấn công quý vị và hăm dọa đời sống của quý vị, quý vị phải phán đoán hành vi của họ một cách tương ứng. Giả thử, thí dụ, một người nào đang hãm hại quý vị ngay bây giờ, quý vị không nên chỉ bảo vệ quý vị nhưng cũng biểu lộ vài hành động chính đáng từ kẻ kia, để chống lại sự khiêu hấn của họ. Quý vị phải cân nhắc cái trạng huống. Nếu lấy một sự phản đòn chống lại một sự thách thức như vậy thì chắc là không có gì quan trọng xảy ra, rồi quý vị lại phải tìm một giải pháp khác để giải quyết vấn đề. Nhưng nếu quý vị đương đầu với một sự hăm dọa đời sống của quý vị, thì quý vị phải chạy trốn khỏi tức khắc thật càng nhanh càng tốt! Rồi lại một lần nữa, nếu quý vị còn lo âu và không có cách nào đơn giản hơn, và nếu quý vị có vũ khí, quý vị nên nhắm vào một bộ phận của cơ thể mà nó sẽ không gây một sự hư hại vĩnh viễn cho người kia, trong khi cùng lúc ấy bảo vệ quý vị khỏi hoàn cảnh ấy.

Dù trường hợp gì đi nữa, những hoàn cảnh như vậy rất là khó khăn. Nhưng có một cái ở trong quyền lực của chúng ta để hành xử. Dù bằng cách nào chúng ta bảo vệ chúng ta, chúng ta không nên để nguyên động lực của chúng ta bị ung thối bởi hận thù hướng về người kia. Chúng ta nên thành tâm cố gắng để hành động từ một ý nghĩa chân thật của sự cân nhắc hoặc tình cảm.

* Câu hỏi: Nếu mọi việc đều là hậu quả của nguyên nhân và hiệu quả, sự tự do từ đâu đến?

NDL: Khi chúng ta nói đến nguyên nhân và hậu quả, lẽ dĩ nhiên, chúng ta đang nói về một nguyên tắc tổng quát ám chỉ tất cả mọi sự việc và mọi biến cố, cả hai mặt có kích thích và không có kích thích. Trong khuôn khổ rộng lớn hơn chúng ta tìm thấy một mức độ sâu xa khác về nguyên nhân tính mà chúng liên hệ đến sự sống của con người. Với con người, thí dụ, có những hành động trong đó một cá nhân tham dự vào một cách có ý thức, với một sự quyết ý và sự thúc đẩy, và đây là những điều được mô tả của luật nhân quả báo ứng của nguyên nhân và hiệu quả. Nhưng mặc dù về luật nhân quả là một điển hình của luật tổng quát về nguyên nhân và hiệu quả, nó đặc biệt ám chỉ những hành động có chủ hướng, những hành động được thực hiện bởi những nhân tố có ý thức, cho nên nguyên động lực của cá nhân ấy là một phần tổng hợp của tiến trình nguyên nhân. Chỉ một mình điều này gợi ý rằng cá nhân ấy có một vai trò rất chủ động đóng vào việc quyết định lộ trình của hoàn cảnh.

Chúng ta vừa thảo luận một thực trạng mà chúng ta thường bị kiểm soát bởi những cảm xúc và tư tưởng âm tính đầy sức mạnh, cho nên trong khuôn khổ này chúng ta thiếu sự tự do, nhưng điều này không có nghĩa rằng những cá nhân ấy không có phần chủ động để đóng vào việc biến đổi sự quyết ý của chúng. Vai trò chủ động của cá nhân ấy là ý nguyện tự do. Còn có một lãnh vực khác trong đó ý nguyện tự do đóng một vai trò. Thí dụ, mặc dù một cá nhân có thể đã vi phạm một hành động có nhân quả, và đã trồng hạt giống cho một kết quả nào đó, để cho nguyên nhân đó có thể sinh sản kết quả của nó một cách đầy đủ nguyên nhân sơ khởi một mình nó không đủ — nó cần những điều kiện kế tiếp để kích động nó. Các cá nhân đó có sự lựa chọn; họ có thể bảo đảm rằng những điều kiện này không thể xảy đến.

* Câu hỏi: Có nhiều nguyên nhân thích đáng. Làm thế nào để Ngài quyết định điều nào để dâng hiến Ngài cho nó?

NDL: Nó tùy thuộc vào quý vị để lựa chọn; quý vị phải quyết định lấy! Tôi thật sự không có gì để nói. Lẽ dĩ nhiên, người ta phải liên nghĩ đến khả năng của chính mình, và nghĩ đến nguyên nhân nào mình có thể điều hành được.

* Câu hỏi: Có nhiều sinh linh ba-phải đã tái sinh vào trong nhiều nhân dạng cao quí, nhưng Quả Đất thì đang gặp nhân mãn. Là một sự sĩ tu hạnh Phật giáo, nguyên động lực nào là thích hợp khi nghĩ đến việc có một người con?

NDL: Tốt lắm, nó thật sự tùy thuộc vào quý vị. Nếu quý vị thật sự muốn có con cái, quý vị phải thai nghén chúng, lẽ dĩ nhiên, và quý vị phải săn sóc chúng; quý vị phải đảm nhận nuôi-nấng đứa bé và bảo đảm rằng nó lớn lên tốt đẹp. Nhưng nếu quý vị cảm thấy rằng điều này nhiều quá và quý vị không muốn có con cái, thì quý vị không cần phải có đứa con nào!

Chương Ba
SỰ CHUYỂN HÓA QUA SỰ THÔNG SUỐT

(Chữ Tây Tạng)

Sự Thông Suốt vào bên trong Thiên Nhiên Tính của sự Khổ Đau

SONG-SONG VỚI NHỮNG NGUYÊN-TẮC ĐỂ TRIỂN khai một ý nghĩa của tính gần gũi với tha nhân có một yếu tố chìa khóa khác để mở mang lòng từ bi, và đó là việc đào sâu vào trong sự thông suốt vào bên trong thiên nhiên tính của sự khổ đau. Truyền thống Tây Tạng vẫn còn duy trì rằng sự trầm-tư-mặc-tưởng về sự đau khổ có hiệu quả nhiều hơn khi nó được thực hiện trên căn bản của kinh nghiệm cá nhân của một người, và khi nó được tập trung vào chính mình, bởi vì, một cách tổng quát, chúng ta có khuynh hướng có khả năng tốt hơn để liên tưởng đến sự khổ đau của chính chúng ta hơn là của tha nhân. Đây là lý do tại sao hai trong những yếu tố chính của con đường Phật giáo, lòng từ bi và sự từ bỏ, được thấy như là hai mặt của một đồng tiền xu. Sự từ bỏ chân thật trỗi dậy khi một người có sự thông suốt chân chính vào trong thiên nhiên tính của sự khổ đau, chú tâm vào chính mình, và lòng từ bi chân thật trỗi dậy khi sự chú tâm ấy chuyển sang tha nhân; cho nên sự khác biệt nằm một cách đơn giản vào vật của sự chú tâm.

Trước đây chúng ta đã đề cập đến sơ qua về ba bậc của sự khổ đau theo giáo lý của Phật giáo: sự khổ đau của sự khổ đau, sự khổ đau của sự thay đổi, và sự khổ đau của "sự điều kiện hóa có tính cách thấm-thấu". Tôi cũng đã nói rằng trong khuôn khổ của sự huấn luyện về lòng từ bi và sự từ bỏ, chúng ta đang nói đến cấp bộ thứ ba của sự khổ đau.

Cho đến bây giờ một khi bậc thứ nhất của sự khổ đau được đề cập đến - sự đau đớn thể chất và các sự khổ đau hiển nhiên khác - chúng ta công nhận rằng ngay cả loài vật cũng có khả năng để nhận diện những kinh nghiệm này như là sự khổ đau, và chúng cũng có khả năng tìm sự giảm thiểu từ vài khía cạnh của chúng, dù chỉ có thể tạm thời bao nhiêu đó. Đối với sự khổ đau do sự thay đổi, tức là loại thứ hai, điều này thật sự nói đến những kinh nghiệm mà chúng ta theo qui ước nhận diện nó như là khoái lạc hay hạnh phúc. Đây là chủ đề của sự khổ đau do sự thay đổi, bởi vì quý vị càng dam mê vào trong chúng, chúng càng dẫn quý vị đến sự bất mãn. Nếu những kinh nghiệm này mang lại niềm hạnh phúc vĩnh viễn chân thật, quý vị đam mê càng nhiều vào trong chứng kinh nghiệm hạnh phúc càng kéo dài, tuy nhiên nó không phải đúng hẳn như vậy. Hầu như tất cả những gì có thể là một kinh nghiệm lạc thú, và thoạt đầu hình như có thể hạnh phúc, một khi đã được đeo đuổi, nó thay đổi tại một điểm thời gian nào đó trở thành đau khổ và dẫn đến sự thất vọng và v.v.... Cho nên ngay cả theo qui ước nó được cho là hạnh phúc, trong ý nghĩa khác nó có thiên nhiên tính của sự khổ đau. Trong thực tế, nếu quý vị khảo sát thiên nhiên tính của những cảm giác khoái lạc quý vị sẽ thấy rằng thường có một không gian tương đối cực đoan trong chúng nó; chúng ta thường định nghĩa một kinh nhiệm là sự lạc thú bằng cách so sánh với một hình thức căng thẳng của sự khổ đau vừa mới chấm dứt. Điều chúng ta gọi là "sự lạc thú" hay "niềm hạnh phúc" đúng hơn là sự vắng bóng tạm thời của sự khổ sở hay đau đớn căng thẳng.

Tuy nhiên, đây không phải là ý nghĩa sâu đậm về khổ đau mà chúng ta nói đến trong Phật giáo. Sự khổ đau của sự thay đổi cũng được nhận diện như là một loại khổ đau bởi nhiều truyền thống tinh thần khác, và có nhiều phương pháp chung cho cả Phật giáo và những truyền thống Ấn độ không-Phật giáo cho phép con người công nhận những kinh nghiệm này như là những sự khổ đau và lấy lại sự tự do tạm thời khỏi nó. Những phương pháp này bao gồm những kỹ thuật thiền định, sự triển khai về những trạng thái hấp thụ được của tinh thần, các sự chiêm nghiệm khác nhau, và v.v....

Đây là cấp bộ thứ ba của sự khổ đau, được gọi là "sự khổ đau do việc điều kiện hóa có tính thẩm thấu," là điều mà chúng ta đang nói đến ở đây. Sự đau khổ do việc điều kiện hóa là nguyên thủy của các loại khác về khổ đau. Nó là thiên nhiên tính của sự hiện hữu của chúng ta, nó đến như là kết quả của sự luân hồi, các ảo tưởng, và những cảm xúc gây tổn thương. Chính sự hiện hữu của chúng như là những sinh linh chưa giác ngộ được cho là thật sự bất mãn, hoặc *duhkha,* có nghĩa rằng, khổ đau. Qua sự tập luyện lòng từ bi và sự từ bỏ, chúng ta cần mở mang một sự ước muốn chân chính để thu nhận sự tự do từ cấp bộ thứ ba này của sự khổ đau, nhưng sự ước muốn này chỉ có thể trỗi dậy nếu chứng ta hiểu thiên nhiên tính của sự khổ đau và các nguyên nhân của nó.

Khi chúng tôi trình bày *Tứ Chân Quí (Four Noble Truths*) trong ý nghĩa của thứ tự luận lý của chúng, nó là sự thật thứ hai, tức là cội nguồn của sự khổ đau, mà đáng lẽ nó đến thứ nhất, trong khi thật sự thứ nhất, tức sự khổ đau, nên đến thứ nhì. Rồi con đường đi đến thứ ba, và sự ngưng động đến thứ tư. Tuy nhiên, Phật Thích Ca đảo ngược thứ tự của chúng khi chúng liên hệ đến việc mở mang một cá nhân về sự thông suốt. Trong khuôn khổ này Ngài dạy sự đau khổ trước tiên, bởi vì khi quý vị hiểu được điều này quý vị sẽ tra vấn tìm cái gì là nguyên nhân tạo ra nó, và kế đến là liệu có hay không thể tự do khỏi nó. Chỉ khi nào quý vị nhận biết rằng sự ngưng động ấy có thể là một sự khả thi để quý vị điều tra sự thật thứ tư, tức là con đường chân chính hoặc là phương tiện từ đó quý vị thực hiện được sự ngưng động. Điểm then chốt ở đây là để có một sự loại trừ chân thật nó thật thiết yếu để hiểu rằng sự ngưng động chân chính là một điều có thể có được, được đặt nền tảng vào sự thông suốt vào bên trong thiên nhiên tính tối hậu của thực trạng.

Trong trường hợp chính cá nhân tôi, tôi bắt đầu chú ý nghiêm-khắc vào tính trống rỗng khoảng 30 năm về trước, và như là một kết quả của một sự chiêm nghiệm được hòa hợp, nghiên cứu, và thiền định, tôi đi đến một điểm ở đó tôi cảm nhận rằng tôi đã có một thoáng nhìn mỏng-manh về nó như thế nào, mặc dầu tôi không thể tự nhận có sự nhận thức trực tiếp về tính trống rỗng. Tôi nói với một số đồng nghiệp của tôi rằng nếu khi nào tôi đạt đến điểm mà ở đó tôi nhận được sự ngưng động chân thật, thì tôi sẽ lấy một cuộc nghỉ hè dài hạn! Tôi nói rằng tại cấp bộ đó tôi có thể đủ khả năng để nhận lấy một sự nghỉ ngơi lâu dài, bởi vì sự ngưng động chân chính không phải là sự giải thoát tạm thời khỏi sự khổ đau và nguyên nhân của nó, nhưng là sự loại bỏ toàn diện của chúng nó. Cái thiên nhiên tính của sự ngưng động như vậy rằng ngay cả nếu quý vị đi vào trong sự đụng chạm những cảnh ngộ mà thường thường nó mang lại sự trỗi dậy vào trong những tư tưởng và những cảm xúc âm tính, nền tảng căn bản không phải ở đó để chúng trỗi dậy. Đó là ý nghĩa của sự ngưng động chân chính.

Một khi quý vị tham dự vào một sự chiêm nghiệm thâm hậu về thiên nhiên tính của sự khổ đau, về những nguyên nhân của sự khổ đau, về cái thực trạng rằng có sự tồn tại của những phương thuốc giải độc cho những nguyên nhân ấy, và một khi quý vị phản ảnh lên sự khả hữu của tự do khỏi sự khổ đau và các nguyên nhân của nó, lúc bấy giờ quý vị sẽ có thể mở mang sự loại trừ chân chính từ những nơi sâu thẳm của con tim, vì quý vị sẽ thật sự phấn khởi để đạt được cái tự do khỏi sự đau khổ. Tại cấp bộ này, quý vị sẽ có một ý nghĩa của việc hoàn toàn bị đuối sức do bởi kinh nghiệm của quý vị về sự hiện hữu chưa giác ngộ, và bởi sự kiện rằng quý vị đang chịu sự chế ngự của những tư tưởng và cảm xúc âm tính.

Sau khi quý vị thành lập sự phấn khởi để đạt được tự do từ loại hiện hữu ấy, quý vị có thể chuyển hướng sự phấn khởi này sang tha nhân, và chú tâm vào kinh nghiệm của tha nhân về sự khổ đau, là điều cũng giống như của quý vị. Nếu quý vị tổng hợp điều ấy với những sự phản ảnh chúng ta đã đề cập đến trước đây — nhận-thức-hóa tất cả mọi sinh linh như là những người mẹ thân yêu, phản ảnh lên lòng nhân đạo của họ, và nhận biết tính bình-đẳng căn bản của chính mình và của tha nhân — rồi sẽ có một sự khả hữu thật sự về lòng từ bi chân chính sẽ hiện lên trong quý vị. Chỉ khi ấy quý vị mới có sự phấn khởi chân chính để trở thành điều lợi ích cho tha nhân.

Trong khi sự kinh nghiệm và sự hiểu biết của quý vị lớn dần, thái độ của quý vị hướng về Tam Bảo — Phật, Pháp, và Tăng (Budhha, Dharma, Sangha) — cũng thay đổi. Sự kính trọng mà quý vị có đối với Phật Thích Ca sẽ trở nên thâm hậu hơn, bởi vì quý vị có một sự hiểu biết lớn hơn về những lời dạy của Ngài, tức Pháp, đặc-biệt là ý nghĩa của sự ngưng đọng và con đường dẫn đến nó. Không phải Phật Thích Ca chỉ là vị sư cho những lời dạy này, nhưng Ngài còn hiện thân của những nguyên tắc tinh thần tuyệt vời này. Hơn thế nữa, sự cảm phục của quý vị đối với các vị Tăng, cộng đồng của những người tu luyện, sẽ càng ngày càng lớn mạnh hơn bởi vì họ, cũng vậy, đại diện Pháp. Đây, rồi thì, là căn bản của sự ẩn náu trong Phật, Pháp và Tăng.

Cũng như Lama Tsongkhapa nói trong cuốn sách của Ngài *Ca Ngợi sự Khởi Nguồn Lệ Thuộc (In Praise of Dependent Original)*:

*Khi Ngài dạy những gì Ngài đã chính mình trông thấy
Ngài là trí khôn và vị sư vô-song.
Tôi tôn kính Ngài, như Ngài đã thấy
Và sự khởi-nguồn lệ-thuộc của Phật Thích Ca lan truyền.*

*(As you teach what you have seen yourself,
You are the unexcelled wisdom and teacher.
I pay homage to you, as you saw
and propagated Budhha's dependent origination.)*

Nếu quý vị phản ảnh song hành theo những giòng chữ này quý vị sẽ thấy rằng quý vị đã xây dựng một nền tảng rất vững-vàng cho sự tu luyện để thành công. Nó không phải như quý vị chỉ nhặt lên một sự việc một lúc và tập trung một cách mù quán tất cả sức lực của quý vị vào nó; đúng hơn là quý vị mở mang một cái nhìn lớn hơn của toàn con đường đi, để một khi quý vị chú tâm vào một khía cạnh đặc biệt của việc thực tập sự hiểu biết về một khung cảnh rộng lớn hơn làm phong phú cho sự tập luyện ấy.

Tiếp tục trên con đường này, quý vị sẽ bắt đầu thưởng thức giá trị của cuộc đời con người, quí hóa làm sao, và một sự thật là với tư cách con người quý vị khả năng phản ảnh lên trên những vấn đề này và theo một sự tập luyện tinh thần. Rồi quý vị sẽ thật sự thưởng thức điểm lập đi lập lại bởi nhiều vị đại sư Tây Tạng: chúng ta không nên phung-phí cơ hội dâng hiến cho chúng ta trong cuộc đời này, bởi vì cuộc đời của con người quá quí hóa và quá khó khăn để thực hiện nó. Vì cuộc đời là đáng giá nên thật là quan trọng đề làm điều gì có ý nghĩa với chính nó ngay bây giờ, bởi vì, bởi tính rất tự nhiên của nó, nó chỉ tạm-thời-ngắn-ngủi. Điều này cho thấy bằng cách nào quý vị hãy mang lại với nhau tất cả những yếu tố của nhiều sự tập luyện khác nhau lại để chúng có một hiệu quả chồng chất trên sự tu luyện hàng ngày của quý vị.

Điều tôi muốn nói là chúng ta có thể huấn luyện tinh thần của chúng ta bằng cách triển khai sự phấn khởi đôi để giúp tha nhân và để đạt được phật tính cho mục đích của tha nhân. Bằng cách phối hợp hai điều này lại với nhau chúng ta có thể cho sự sinh nở lòng từ bi *bodhichitta*, tức là sự diễn tả tối hậu của nguyên tắc vị tha, và là cội nguồn của các phẩm chất tinh thần.

Suy Luận, Niềm Tin, và Kinh Nghiệm

Có thể có vài điểm có tính cách chế độ của giáo lý Phật giáo mà tính hữu thực của nó có thể được chấp nhận, ít nhất vào giai đoạn tiên khởi, trên nền tảng của sự tự thuật của một đệ tam nhân, nói một cách tổng quát, phương pháp của Phật giáo là đặt nền tảng sự hiểu biết của một người vào trong sự suy luận và kinh nghiệm cá nhân của chính mình. Phật giáo không biện-luận rằng Phật Thích Ca là vĩ đại bởi vì Ngài đã toàn giác, nhưng vì giáo Pháp dạy bởi Phật Thích Ca, vi vậy quý vị phải có niềm tin vào trong nó. Đúng hơn, phương cách chúng ta theo để mở mang sự cảm phục ở trong Pháp giáo trước, đặt nền tảng vào sự thưởng ngoạn vào giá trị của con đường đi tinh thần. Điều này phải được mở mang một sự hiểu biết thâm hậu vào những bài dạy chính đặt nền tảng vào kinh nghiệc và luận lý cá nhân. Chỉ lúc ấy, trên nền tảng ấy, một nên mở mang một sự cảm phục sâu đậm về Phật Thích Ca với tư cách là người đã dạy và hiện thân của giáo Pháp Dahrma. Cho nên tính hữu thực của Phật Thích Ca như là một sư tinh thần được chứng minh bởi sự hữu thực của những gì người đã dạy.

Tuy nhiên, có một vài khoảng cách ở đó tính hữu thực của Phật Thích Ca như là một vị sư có thể được sử dụng như là nền tảng cho việc chấp nhận tính hữu thực của một số điểm nào đó về chế độ. Điều này hòa hợp với quan điểm căn bản của Phật giáo rằng có nhiều loại thứ khác nhau về các hiện tượng. Nhiều hiện tượng hoàn toàn hiển nhiên đối với chúng ta. Chúng là những sự vật hay những biến cố có thể đến với chúng ta qua kinh nghiệm trực tiếp của chúng ta, chúng ta có thể thấy chúng, chúng ta có thể sờ mó chúng, chúng ta có thể cảm giác với chúng, và chúng ta có thể chứng minh sự hiện hữu của chúng bằng những phương tiện do kinh nghiệm trực tiếp của chúng ta. Những điều này gọi là những hiện tượng "hiển nhiên" hoặc "thực nghiệm."

Rồi có một loại hiện tượng thứ hai một cách chính xác được mô tả như là "hơi mờ ảo" hay "hơi bị giấu kín". Mặc dầu chúng ta không thể cảm thức được chúng một cách trực tiếp qua các giác quan của chúng ta, chúng ta có thể liên-tưởng sự hiện hữu của chúng trên nền tảng của bằng chứng thực nghiệm.

Loại hiện tượng thứ ba được mô tả như là "tuyệt đối đóng kín" hay "tuyệt đối giấu kín," và đây là những dữ kiện của sự hiện hữu vẫn còn hoàn toàn bị dấu kín khỏi chúng ta vào giai đoạn khởi thủy của sự mở mang tinh thần của chúng ta. Tại điểm này chúng ta không có một đại lộ nào để tiến đến chúng; chúng nó không thể được tiến đến với chúng ta dù qua sự can dự vào hoặc qua sự nhận thức trực tiếp. Cho nên, với những vấn nạn này, ngay cả trong Phật giáo, chúng ta có thể thoạt đầu phải chấp nhận sự hữu thực của chúng trên nền tảng của lời tự khai của một đệ tam nhân.

Trong sự nối kết này, tôi muốn nói lên một vấn đề mà tôi thiết nghĩ chung cho tất cả các tôn giáo chính trên thế giới: nhu cầu của niềm tin độc-nhất trong đường đi của một người. Đây là ý tưởng mà con người không nên cố gắng để theo hai đương đi một lúc. Nó cũng bao gồm sự quan trọng của sự thệước đối với con đường đi của chính mình.

Vấn đề này rõ-ràng đụng chạm đến câu hỏi chủ nghĩa chấp-nhất đối với chủ nghĩa đa nguyên tôn giáo, hay nói cách khác, câu hỏi của nhất thật hay đa thật và một tôn giáo đối với nhiều tôn giáo. Trên bề mặt có vẻ xuất hiện một sự mâu thuẫn giữa hai quan điểm sau đây: một mặt, chấp nhận chỉ có một sự thật hay một tôn giáo chân thật, và mặt khác chấp nhận sự khả hữu của nhiều sự thật và nhiều tôn giáo. Tuy nhiên, cá nhân tôi không nghĩ có một sự mâu thuẫn thật sự *ở* đây. Tôi muốn nói lên từ quan điểm của một người tu luyện cá nhân, nguyên tắc của một sự thật và một tôn giáo đúng, nhưng từ quan điểm của xã hội hay của một cộng đồng con người, thì nguyên tắc của nhiều sự thật và nhiều tôn giáo đúng. Trong xã hội của chúng ta, loài người quá đa dạng và có quá nhiều tinh thần khác nhau đến nỗi tôi không nghĩ có một sự mâu thuẫn nào ở đây.

Có nhiều trường phái, lẽ dĩ nhiên, khác nhau về tư tưởng ngay cả trong Phật giáo. Chúng ta có thể tưởng tượng một vài người nào đó có khuynh hướng triết lý là theo trường phái Trung Đạo (Middle Way), chủ trương rằng quan điểm triết lý tối hậu của Phật Thích Ca được đại diện tốt nhất bởi cái nhìn của Trung Đạo về tính trống rỗng. Thế nhưng, cùng một lúc, người này nhận biết rằng có nhiều quan điểm được bao gồm trong giáo lý Phật giáo, một số trong đó mâu thuẫn với Trung Đạo.

Cũng tương tự, một vị đề xướng của trường phái Chỉ Tinh Thần Phật Giáo (Buddhist Mind Only) lại biện luận rằng sự diễn dịch của nó về tính-bất-nhị của chủ thể và tha thể đại diện cho triết lý cao nhất trong các bài dạy của Phật Thích Ca, và trung đạo chân chính. Điều này như thế bởi vì quan điểm Chỉ Tinh Thần Thôi (Mind Only) sẽ được thích hợp nhiều hơn cho sự bố trí triết lý của người ấy, Ông ta ngay cả có thể biện luận rằng các triết gia Trung Đạo thực ra là những người theo chủ-nghĩa hư-vô và đã đi quá xa.

Các nguồn kinh điển được dùng bởi trường phái Chỉ Tinh Thần Thôi, đặc biệt nguồn tài nguyên chính của họ, *Bài Thuyết Pháp Không Làm Rối Loạn Ý Định của Phật Thích Ca (the Sutra Unravelling the Intent of Budhha) (Samdhinirmocana Sutra)*, được cho là của Phật Thích Ca. Trong khi đọc kinh điển này chúng ta không tìm thấy câu nói của Phật Thích Ca, "Tôi nói điều này cho lợi ích của người, để thích hợp với tinh thần của người, nhưng tôi diễn tả vị thế của tôi ở một nơi nào khác". Không có một chỉ dấu nào của điều đó. Tập Thuyết Pháp có vẻ như nói rằng những sự thật mà nó chứa đựng đại diện cho thực trạng cuối cùng. Thật ra, nó có ý nói rằng việc giảng dạy tính trống rỗng cho những ai có khuynh hướng nghiêng về Chỉ Tinh Thần Thôi có thể bị nguy hại, bởi vì nó có thể dẫn đến sự hư-vô.

Cho nên điểm tổng quát của tôi là có một sự đa dạng kinh khủng giữa con người khi nói đến các khuynh hướng triết lý và tinh thần. Một thí dụ khác, đối với một vài người, ý niệm về Đấng thần linh Sáng Tạo rất mãnh-lực, phấn khởi, và hiệu quả như là cốt lõi niềm tin tinh thần của họ. Ý tưởng về việc chỉ có một cuộc đời, chỉ đời này thôi, và được sinh ra bởi Đấng Sáng Tạo, một cách trực tiếp, có thể mang lại cảm giác có một sự liên hệ rất gần gũi với Đấng Sáng Tạo. Ý nghĩa của sự thân mật này và sự móc nối trực tiếp với Đấng Sáng Tạo rất mãnh-liệt, để nó có thể tạo thành một nền tảng sâu đậm cho ước muốn mang đến một đời sống đạo đức. Càng cảm thấy gần gũi với Đấng Sáng Tạo, sự cố gắng của một người càng lớn để sống theo ước muốn của Đấng Sáng Tạo.

Một lần nữa, ngay cả trong những người tin có thượng đế có một sự đa dạng rộng lớn. Christians có ý niệm của Tam Ngôi, nhưng Muslims không có ý tưởng đó và dạy trực tiếp nhiều hơn đến Đấng Sáng Tạo. Điều này gợi ý rằng những người tin thượng đế chính họ có nhiều khuynh hướng tinh thần khác nhau. Chìa khóa cho điểm này, tôi nghĩ, là bất cứ điều gì quý vị tìm thấy hiệu quả nhất, bất cứ điều gì thích hợp nhất cho tính-khí và khuynh hướng tinh thần của quý vị, là con đường đi của quý vị.

Sự Thông Suốt vào bên trong Thiên Nhiên Tính Tối Hậu của Thực Trạng

Ý tưởng về không-cái tôi, tức là, việc phủ nhận sự hiện hữu-của-chính-mình, thì phổ thông cho tất cả các trường phái Phật giáo. Lý do nhấn mạnh nhiều nhất được đặt vào sự phủ nhận một linh hồn vĩnh viễn hay cái tôi trong giáo lý Phật giáo là điều gây ra nhiều sự lẫn-lộn và khổ sở được tìm thấy nổi dậy từ ý nghĩa sai lầm của cái tôi, và đặc biệt từ niềm tin trong một loại của cái tôi tồn tại độc lập vĩnh viễn trong cốt lõi của sự hiện hữu của chúng ta. Một yếu tố bất diệt của con đường đi dẫn đến việc vượt qua những sự gây tổn thương, bởi vậy là sự nhận thức tính-bất-hiện hữu của một cái tôi như vậy.

Tất cả các trường phái Phật giáo chấp nhận chế-độ bất cái tôi, nhưng một vài trường phái đi xa hơn các trường phái khác và cho rằng không những chúng ta nên từ bỏ sự hiện hữu chắc-chắn và độc lập của cái tôi, nhưng chúng ta nên mở rộng cùng lý luận như vậy đối với tất cả các hiện tượng, có nghĩa là, đối với các sự vật của sự hiện hữu của chúng ta. Cũng như cái chủ thể không có bất cứ một sự hiện hữu riêng biệt lệ thuộc nào, cũng tương tự lãnh vực của sự hiện hữu, hoặc các hiện tượng, phải được xem cùng một cách. Vì vậy những trường phái này chấp nhận chế độ bất-cái tôi trong sự liên hệ cả hai con người và hiện tượng.

Có hai trường phái chấp nhận điều này, nói đích danh thường phái Chỉ Tinh Thần Thôi (Mind Only) (Cittamatra) và trường phái Trung Đạo (Middle Way) (Madhyamaka) của

Phật giáo. Trường phái Trung Đạo tổng quát phủ nhận mọi ý thức về hiện tượng như là sở hữu chủ một thiên nhiên tính có cơ bản, sự hiện hữu hoặc sự nhận diện. Khi tôi nói chuyện tại London vào một dịp trước đây, tôi thảo luận triết lý Trung Đạo về bất-cái tôi, cho nên ngày nay tôi cảm thấy nó có lẽ thích hợp nhiều hơn để thảo luận sự hiểu biết về thiên nhiên tính về thực trạng của trường phái Trung Đạo.

Quan Điểm của Trường Phái Chỉ Tinh Thần Thôi

Trường phái Chỉ Tinh Thần Thôi lấy vấn đề của việc tính-chất-hóa về bất-cái tôi của trường phái Trung Đạo như là sự vắng bóng của sự hiện hữu có cơ bản hay sự nhận diện có cơ bản. Những thành viên của trường phái này phủ nhận trên những vùng đất rằng nếu một người triệt tiêu những điều này, thì nguyên tắc của sự khởi nguồn có lệ thuộc, là điều rất căn bản của triết lý Phật giáo, không thể cố thủ được. Nếu chúng ta phải duy trì một sự hiểu biết gắn bó về sự khởi nguồn có lệ thuộc, trong quan điểm của họ, chúng ta phải chấp nhận rằng có những sự vật giao tiếp với nhau và lệ thuộc vào nhau. Cho nên họ biện luận rằng các sự vật phải có sự hiện hữu có cơ bản hay một thiên nhiên tính cố cơ bản.

Với sự chống đối về sự phủ nhận toàn diện mọi cấp bộ của sự hiện hữu có cơ bản của Madhyamaka, trường phái Chỉ Tinh Thần Thôi phải tìm một cách thức về sự diễn dịch những đoạn văn trong *Tập Thuyết Pháp Sự Hoàn Hảo của Trí Khôn (Prajnaparamita) Sutras* mà nó hình như ủng hộ quan điểm của Madhyamaka. Điều này được thực hiện bởi phương cách của lý thuyết của họ về Tam Thiên Nhiên Tính (Three Natures). Theo đây, việc vắng bóng của sự nhận diện có cơ bản phải được hiểu một cách khác trong những khung cảnh khác. Có một thiên nhiên tính của các hiện tượng hoàn toàn chỉ thuần bị qui tội bởi tinh thần của chúng ta, và bởi vì vậy đó là một sự xây dựng thuần túy do sự suy nghĩ của chúng ta. Đây, theo trường phái Chỉ Tinh Thần Thôi, là thiên nhiên tính bị qui tội *(parakalpita)*. Thiên nhiên tính bị qui tội này được cho là thiếu các tính chất có cơ bản. Thứ hai, có thiên nhiên tính bị lệ thuộc *(paratantra)* của các hiện tượng, chính nó làm sở hữu chủ một thiên nhiên tính có cơ bản nhưng thiếu sự sản xuất độc lập. Điều này có nghĩa rằng chúng không đi vào trong sự hiện hữu bởi chính mình chúng; đúng hơn, chúng đến như là hậu quả của những nguyên nhân và điều kiện khác. Thiên nhiên tính thứ ba gọi là thiên nhiên tính tối hậu (parinispanna), được mô tả như là "tính-trống rỗng". Điều này được cho là thiếu sự nhận diện tuyệt đối.

Trường phái Chỉ Tinh Thần Thôi lý luận rằng ba thiên nhiên tính này là phổ quát, có nghĩa rằng, theo định nghĩa, rằng chúng trải dài đến với tất cả các hiện tượng. Mỗi hiện tượng sở hữu chủ một thiên nhiên tính có lệ thuộc, một thiên nhiên tính bị qui tội, và một thiên nhiên tính tối hậu. Hơn nữa, ba điều này một cách thân mật kết nối lẫn nhau — thiên nhiên tính có lệ thuộc có nền tảng trên đó chúng ta phóng chiếu những sự xây dựng tinh thần của chúng ta; thực trạng độc lập mà chúng ta có khuynh hướng để thai nghén trong sự liên hệ đến những sự vật bị lệ thuộc là thiên nhiên tính bị qui tội; và sự vắng bóng về thực trạng của sự xây dựng ấy là thực trạng tối hậu. Cho nên thiên nhiên tính có lệ thuộc là nền tảng, thiên nhiên tính bị qui tội là sự xây dựng mà chúng ta phóng chiếu, và thực trạng tối hậu là tính trống rỗng của sự xây dựng này.

Trường phái Chỉ Tinh Thần Thôi đặc-tính-hóa thiên nhiên tính tối hậu hay tính trống rỗng thành hai cách thức khác nhau. Một mặt, nó được mô tả như là tính-bất-nhị của vật chủ quan và vật khách quan. Nó được biện luận rằng trong sự phân tích cuối cùng người nhận thức và người được nhận thức, vật chủ quan và vật khách quan, là bất- nhi, và nó là sự tưởng tượng của chúng ta xây dựng lên sự tách rời làm hai. Mặt khác, họ biện luận rằng trong sự nhận thức thông thường của chúng ta, chúng ta có khuynh hướng nhìn sự vật như là chúng có một loại của những tiêu-chuẩn khách quan làm cho chúng thành những đối tượng cho ngôn ngữ và ý niệm của chúng ta. Nhưng đây là, tuy nhiên, không phải trường hợp đó.

Thí dụ, chúng ta nghĩ đến một sự vật với một ý nghĩa đặc biệt và đặt nhãn hiệu theo đó cho nó, nhưng sự vật chính nó không tồn tại cho phần của nó, như cái đối tượng của nhãn hiệu ấy. Đúng hơn, chính là ngôn ngữ và tư tưởng của chúng ta thực hiện tiến trình liên kết cái ngôn từ ý niệm với một sự vật. Trường phái Chỉ Tinh Thần Thôi biện luận rằng cách thức chúng ta liên hệ các lời nói và các ý niệm về các sự vật chỉ là tương đối, có điều kiện hoặc có dự tưởng, và thế nhưng chúng ta không cư xử như là điều này đúng như vậy. Nếu chúng ta được hỏi: "Tiếng 'cơ thể' có nghĩa là gì?", chúng ta sẽ liền tức khắc chỉ đến một cơ thể thật sự và nói, "Đó là một cơ thể." Cách nào đó chúng ta tin tưởng rằng có cái gì đó một cách khách quan có thật về cơ thể làm nó thành đối tượng của tiếng "cơ thể" và những ý niệm liên hệ về nó. Tuy nhiên, theo trường phái Chỉ Tinh Thần Thôi trường hợp này không đúng như vậy. Đối tượng của tiếng "cơ thể" của sự vật "cơ thể" xuất hiện như là phần của hệ thống phức tạp của qui ước. Nếu giả có một sự vật gì thật tế một cách khách quan về tính liên hệ giữa nghĩa và sự vật, nó được biện luận rằng chúng ta có thể nên có ý tưởng rằng "Đây là một cơ thể" ngay cả trước khi chúng ta áp đặt tư tưởng làm nhãn hiệu. Mặc dù vậy, chúng ta thường cư xử như là nếu các sự vật chính chúng bằng cách nào đó mang một thứ liên hệ tuyệt đối với những lời nói chỉ định chúng, và như là các sự vật có một thực trạng khách quan độc lập làm nó trở thành thích hợp cho chúng ta để liên nghĩ đến chúng với những tiếng này.

Trường phái Chỉ Tinh Thân Thôi dẫn đến một phương pháp tiến đến thiên nhiên tính sâu đậm hơn của thực tại qua một tiến trình sưu tra vào trong thiên nhiên tính của tên và nghĩa, vật tiêu chuẩn của những ý nghĩa, thiên nhiên tính của các hiện tượng, và những tính chất đặc biệt của các hiện tượng. Phương pháp này được biết là Bốn Sưu Tầm, hoặc sự Sưu Tra qua bốn Đại Lộ. Nó cho nổi lên sự thông suốt vào bên trong bốn khía cạnh này của các hiện tượng, nói đích danh là ý nghĩa, tiêu chuẩn, thiên nhiên tính, và tính chất. Điều này được biết dẫn đến một sự hiểu biết về thiên nhiên tính tối hậu của chúng, tính-bất-nhị của vật được ý niệm và chủ thể ý niệm.

Mặc dầu trong quan điểm của giới bình dân chúng ta, chúng ta có khuynh hướng tin tưởng rằng mọi sự vật thật sự tồn tại một cách khách quan bên ngoài chúng ta, như chúng ta thường ý niệm về chúng, trong thực tế sự nhận thức một sự vật và vật thật sự của chính nó không tách rời nhau. Chúng được cho là hai khía cạnh của cùng một hiện tượng. Vì thế, trường phái này chủ trương rằng điều gì chúng ta nhận thức như là một thực trạng ngoại lai của vật chất chỉ là sự phóng ảnh của tinh thần chúng ta. Trong thực tế, kẻ nhận thức và kẻ được nhận thức đều là đồng một lúc; chúng chia sẻ cùng một thực tại, và cả hai cùng xuất hiện từ một cội nguồn.

Trường phái Chỉ Tinh Thần Thôi xem tính phức tạp của sự nhận thức là quan trọng bằng phá vỡ tiến trình xuống thành năm bảy khía cạnh. Khi chúng tá nhận thức một sự vật, như là một hình thể, có thành phần xem một vật gì là một vật gì, giống như xem một vật màu xanh như là một sự vật màu xanh. Rồi bên trong của sự nhận thức đó, cũng còn có sự nhận thức rằng vật màu xanh tồn tại như là điểm tựa thật sự của tiếng "blue." Có một khía cạnh khác của sự nhận thức bởi từ đó chúng ta cũng tin tưởng rằng vật màu xanh này tồn tại như là điểm tựa của tiếng "xanh" một cách khách quan, của chính sự hòa hợp của nó. Và cuối cùng có một sự nhận thức rằng vật màu xanh như là một cái gì nó độc lập và tách rời khỏi sự nhận thức của chính nó.

Trường phái Chỉ Tinh Thần Thôi lại giải thích các tính năng động của những khía cạnh khác nhau về sự nhận thức bằng cách đổ cho các xu hướng khác nhau của chúng ta. Họ biện luận rằng cái thực tế mà chúng ta nhận thức một vật màu xanh như là xanh bởi vì chúng ta bị làm quen thuộc với những sự nhận thức lập lại của những vật màu xanh. Khía cạnh việc thấy màu xanh như là điểm tựa của tiếng "xanh" thì được cho là do bởi sự làm quen thuộc với ngôn ngữ và các qui ước; và sự nhận thức của chúng ta rằng vật màu xanh không những là điểm tựa của tiếng "xanh" nhưng cũng tồn tại bởi chính nó, một cách khách quan, thì được cho là dấu tích của khuynh hướng chúng ta để nắm lấy tại cái ý tưởng của sự hiện hữu độc lập (trong trường hợp này, sự hiện hữu của màu xanh). Cuối cùng, khía cạnh của sự nhận thức của chúng ta từ đó chúng ta có khuynh hướng chấp nhận vật màu xanh như là độc lập của sự nhận thức mà chúng ta có nó được xem là dấu tích của một xu hướng khác được mô tả là "khuynh hướng của sự hiện hữu chưa được giác ngộ." Trong bốn dấu tích này, hai cái đầu tiên được xem là hữu thực, và những khía cạnh liên hệ của sự nhận thức cũng hữu thực; nhưng hai dấu tích cuối cùng và các sự nhận thức đi với chúng được cho là bị dối gạt.

Một cách tối hậu, lập trường của trường phái Chỉ Tinh Thần Thôi là chủ thể, vật được nhận thức, và khả năng của sự trực giác (một tính chất phản xạ của ý thức) là tất cả những khía cạnh khác nhau của cùng một hiện tượng. Đây là cách thức họ thiết lập sự hiểu biết về thiên nhiên tính tối hậu của thực trạng như là tính-bất-nhị của chủ từ và túc từ. Vì vậy có sự khác biệt chính trong sự hiểu biết về thiên nhiên tính tối hậu giữa những trường phái Chỉ Tinh Thần Thôi với các trường phái khác. Nhưng cho đến khi nào sự hiểu biết của họ về toàn thể khuôn khổ làm việc trên con đường đi tinh thần được nghĩ đến, không có sự khác biệt giữa các trường phái.

Đối với những người muốn tìm hiểu triết lý Phật giáo tôi nghĩ thật là quan trọng để hiểu quan điểm về thực trạng tối hậu của trường phái Chỉ Tinh Thần Thôi. Chúng ta nên đón nhận sự phủ nhận chông lại trường phái Trung Đạo một cách nghiêm chỉnh. Sự bất hòa của họ là nếu, cũng giống như Madhyamaka, một người phủ nhận mọi ý thức về sự hiện hữu có cơ bản, sự nhận diện hay thiên nhiên tính, thì người ấy dễ bị rơi vào sự hư-vô. Theo đó là một sự hiểu biết chân thật về triết lý của Trung Đạo về tính trống rỗng thì chỉ có thể được nếu chúng ta có thể phân biệt được giữa sự triệt tiêu của sự hiện hữu có cơ bản và sự nhận diện các sự vật, và phủ nhận về sự hiện hữu một cách bản thể. Nói cách khác, chúng ta phải có thể đáp lại sự phê bình của trường phái Chỉ Tinh Thần Thôi và bảo vệ sự phủ nhận về sự hiện hữu có bản thể của trường phái Trung Đạo trong khi không phủ nhận hoàn toàn sự hiện hữu.

Trong Chương hai mươi sáu về đề tài của ông *Trí Khôn Căn Bản của Trung Đạo ịFundamental Wisdom of the Middle Way (Mulamadhyamakakarika),* trong đó ông ta khảo sát về Mười Hai Nối Kết của sự khởi nguồn có lệ thuộc, sư Nagarjuna đã dành nhiều cố gắng để bảo vệ sự phủ nhận về sự hiện hữu có cơ bản của Trung Đạo trên những vùng đất rằng nó không bị hư-vô. Vì vậy có một sự khác biệt nhau lớn giữa tính trống rỗng và đơn thuần tính-không-có, và giữa sự phủ nhận về sự hiện hữu có cơ bản và sự phủ nhận về sự hiện hữu.

CÂU HỎI

Câu hỏi: Tôi có thể chấp nhận rằng với tư cách của một người tu hành và một mục đích lâu dài, chúng ta có thể loại bỏ những cảm xúc gây khổ đau qua sự thông suốt vào trong tính trống rỗng. Nhưng khi một người ở giữa của sự tức giận, làm thế nào để người ấy có thể đương đầu với nó ở nơi này và ở nơi khác?

NDL: Điều này lệ thuộc rất nhiều vào cá nhân ấy. Trong trường hợp người tu hành có một kinh nghiệm thâm sâu về lòng từ bi bodhichitta, ý nghĩa về sự hủy bỏ các vật chất trần tục, và vài sự hiểu biết về tính trống rỗng, thì những sự xuất hiện của những cảm xúc âm tính mạnh như sự tức giận và sự thù ghét hoàn toàn hiếm có. Ngay cả khi chúng đã nổi lên, một người như vậy có khả năng tức thì nhớ đến lời dạy và nối liền với người ấy sự nhận-thức-hóa tinh thần, mà nó có thể tức khắc làm tan cường độ của các cảm xúc âm tính.

Tuy nhiên, đối với những người, như chính tôi, không có những sự nhận-thức-hóa thâm hậu như vậy, phương pháp tốt nhất là cố gắng để bảo đảm rằng quý vị không bị rơi vào những hoàn cảnh hoặc những trường hợp có thể làm nổi lên những cảm xúc âm tính mạnh. Thông thường đôi với những người mới bắt đầu, sự bảo vệ có nhiều hiệu nghiệm hơn là sự chống trả, và tôi nghĩ điều này rất đúng. Từ kinh nghiệm quý vị có thể nhận một ý nghĩa về một loại các trường hợp có thể đưa quý vị đến bùng nổ những cảm xúc âm tính mạnh, và quý vị có thể với tất cả những gì có thể làm được để tránh những điều này. Tuy vậy, khi những cảm xúc âm tính mạnh như sự tức giận hoặc lòng hận thù đã thật sự nổi lên trong quý vị, quý vị có thể tìm một cách thức nào đó để đương đầu với chúng nếu chúng chưa hoàn toàn bùng nổ ra, nhưng nếu đã bùng nổ, có thể không có gì nhiều để quý vị có thể làm được. Trong trường đó, có lẽ việc tốt nhất là chỉ hét lên ôm đầu chạy!

Khi tôi còn là một cậu bé ở Norbulingka Summer Palace thuộc Tây Tạng, những người quét dọn cung điện thường nói với tôi rằng hễ khi nào tôi bị tức giận với những người bạn chơi với tôi thì tôi nên cắn hai cái nắm tay tôi. Bây giờ nhìn trở lại, hình như nó là một lời khuyên hoàn toàn có ý nghĩa, bởi vì nếu quý vị nghĩ về nó, sự việc có thể là sự tức giận càng căng thẳng, quý vị càng cắn mạnh hơn quý vị. Điều này sẽ thật sự thức tĩnh quý vị trở dậy và nhắc-nhở quý vị không để quá tức giận, bởi vì quý vị sẽ bị đau vì đang bị cắn. Cũng vậy, cơn đau sẽ có hiệu quả tức liền để chuyển đổi đầu óc quý vị khỏi sự tức giận.

* Câu hỏi: Thưa Ngài, tôi tha thiết để trở thành một người tốt hơn, nhân đạo hơn, để có lòng từ bi, và để từ bỏ hết tất cả những tư tưởng và những hành vi âm tính của tôi, nhưng tôi càng cố gắng thực hiện điều này, tôi càng làm nhiều lỗi lầm, tôi cảm thấy bị thối chí càng nhiều hơn. Nó cảm thấy như đang đi qua một vũng bùn bầy-nhầy. Ngài có ý kiến gì?

NDL: Cá nhân tôi cảm thấy đây là một chỉ dấu mà quý vị đã đón nhận lời khuyên dạy một cách nghiêm túc. Thực tế, hoàn cảnh rất tương tự khi một người nào đó bắt đầu thiền lần thứ nhất. Khi quý vị ngừng lại để ngồi xuống, phản ảnh, và cố gắng để thiền, quý vị bắt đầu thấy tư tưởng của quý vị quá biến đổi, và có nhiều sự phân tán trong đầu óc của quý vị, nó như là quý vị trở nên bị phân tán nhiều hơn do bởi sự thiền. Thật ra. đó là một dấu hiệu tốt, một dấu hiệu cho thấy quí vị đang bắt đầu tiến bộ.

Bây giờ, như tôi đã giải thích, việc chuyển hóa tinh thần không dễ. Nó đòi hỏi thời gian, cho nên quý vị không nên để mất sự can đảm và sự mong muốn, quý vị nên tiếp tục tiến lên.

Nó thật hữu ích để nghĩ đến không những vài tuần lễ hoặc vài tháng hoặc vài năm, nhưng đến cả đời này sang đời khác — một ngàn đời, một triệu đời, một tỷ đời, nhiều thời đại, nhiều thời đại vô cùng tận. Đó là phương cách suy nghĩ của Phật giáo.

Hễ khi nào tôi cảm thấy chính tôi có vài sự nản lòng, hoặc quá nhiều buồn-bã, thì tôi nhớ đến câu thơ đẹp: "Mãi đến khi nào không gian còn chịu đựng được, mãi đến khi nào các sinh linh vẫn còn, đến khi ấy, nguyện cầu cho tôi vẫn còn và xua đuổi những sự khổ đau của thần thế." Tôi lập lại câu ấy, nghĩ về nó và thiền trên nó, và tức thì sự nản lòng của tôi tan biến. Cho nên quý vị cần nhiều sự quyết tâm; không nghĩ đến thời gian để thay đổi, quý vị cần phải mở mang loại quyết tâm ấy và rồi sự việc trở nên dễ dàng hơn. Nếu quý vị muốn kết quả tức thì, rồi sự việc trở nên khó khăn hơn. Đó là kinh nghiệm của tôi. Nếu quý vị nhận thấy điều gì hữu ích trong ấy, thì cố gắng để theo nó. Nếu quý vị nhận thấy vô nghĩa, tôi không biết nói gì, tôi không có gì khác hơn để khuyên-lơn quý vị.

Chương Bốn
TÁM CÂU KỆ VỀ CHUYỂN HÓA TINH THẦN

(Chữ Tây Tạng)

Cho đến bây giờ, chúng ta đã nói về cái căn bản để làm cho sự chuyển hóa tinh thần có thể thực hiện được, và về sự cần thiết cho việc huấn luyện tinh thần. Điểm thiết yếu nhất là việc mở mang lòng từ bi *bodhichitta*, cái ý định vị tha để đạt được sự giác ngộ vì tất cả sinh linh, nó nổi lên từ việc huấn luyện trong hai niềm phấn khởi. Như là một phương tiện để làm phong phú hóa sự tu luyện của chúng ta tốt nhất chúng ta nên áp dụng nó một cách liên tục vào trong đời sống chúng ta hàng ngày, và trong toàn cách cư xử của chúng ta — bằng thể chất, bằng khẩu lợi, và bằng tinh thần. Hành động bằng khẩu-lượi bao gồm việc đọc sách vở như *Tám Câu Kệ về Chuyển Hóa Tinh Thần (The Eight Verses on Transforming the Mind)*, nó được trình bày ở đây (xem Phụ đính I) như là một sự giúp đỡ nhắc nhở một cách liên tục quý vị về sự quan trọng của việc chấp nhận loại chiêm nghiệm này.

Chúng ta hãy đặt hoàn cảnh của sự tu luyện *bodhichitta* trong khung cảnh của tổng thể Phật giáo Tây Tạng. Phật giáo Tây Tạng có thể được mô-tả như là một hệ thống đầy thông-hiểu-bao-hàm nhiều nhất của Phật giáo trong ý nghĩa rằng nó chứa các thành phần của tất cả các khía cạnh lời dạy của Phật Thích Ca, bao gồm cả Vajrayana. Những bài dạy Tứ Trân Quí tạo thành cái cốt lõi của những bài dạy về bất-Mahayana, và thật sự là nền móng của con đường tu hạnh Phật giáo. Cùng với sự huấn luyện về đạo đức, Tứ Trân Quí còn được sử dụng như là nền tảng cho sự tập luyện *bodhichitta*.

Việc mở mang lòng từ bi *bodhichitta* là cái cốt lõi của lời dạy của Phật Thích Ca, và con đường tu hạnh chính. Một khi việc mở mang *bodhichitta* đã xảy ra, người tu hạnh gắng sức để áp dụng nguyên tắc vị tha trong suốt cuộc đời họ. Việc này dẫn đến điều được gọi là "bodhichitta lý tưởng", bao gồm "sáu tuyệt hảo"—những sự tuyệt hảo về lòng đại lượng, đạo đức, kiên nhẫn, nhiệt tình, thiền định hay tập trung tư tưởng, và trí khôn. Trong số sáu điều này, hai điều cuối cùng có lẽ quan trọng nhất bởi vì nó là nội dung của sự hoàn hảo về tập trung và sự thông suốt mà những phương pháp Vajrayana được mang lại. Chúng ta có thể xem những bài dạy của Vajrayana như là những phương pháp được thanh lọc nhiều hơn để nhận thức sự hoàn hảo hóa của sự tập trung và trí khôn. Việc tập luyện cao nhất để hoàn hảo hóa những điều này, từ cái nhìn của Phật giáo Tây Tạng được cho là Phép Thăng Hóa Yoga Thượng Đẳng (Highest Yoga Tantra) (*anuttarayoga tantra*) ở đó người ta có thể tìm thấy sự giải thích chi tiết về các mức độ thâm sâu của ý thức.

Điều tôi muốn được nói ở đây là sự tập luyện về lòng từ bi là trung tâm điểm của toàn thể con đường tu hạnh. Tất cả những sự tập luyện khác hoặc là sơ đẳng đối với nó, hoặc là một nền tảng cho nó, hoặc chúng là sự áp dụng hậu quả của sự tập luyện cốt lõi này. Tôi cũng muốn nêu lên một điểm nữa rằng có một sự đồng thuận giữa các trường phái Phật giáo về vấn đề này, trong cả hai truyền thống Mahayana và bất-Mahayana. Cho nên lòng từ bi nằm tại cội rễ của tất cả việc dạy dỗ của Phật Thích Ca, nhưng nó nằm trong lý tưởng bodhichitta mà chúng ta thấy sự nhấn mạnh về sự mở mang hòa hợp về lòng từ bi bằng phương tiện của việc triển khai *bodhichitta*.

TÁM CÂU KỆ

*Với sự quyết tâm để thực hiện mục-tiêu cao nhất
Cho lợi ích tất cả mọi chúng sinh
Vượt qua ngay cả viên ngọc muốn thịnh đạt,
Nguyện cầu cho tôi được giữ chúng mãi trong lòng.*

*(With the detrmination to achieve the highest aim
For the benefit of all sentient beings
Which surpasses even the wish-fulfilling gem,
May I hold them dear at all times.)*

Câu đầu tiên bắt đầu bởi tiếng Tây Tạng với sự hướng về cái tôi, và chúng ta đã đề cập sơ qua về vấn đề của cái tôi trong Chương 1. Chúng ta bây giờ sẽ theo đuổi vấn đề này xa hơn.

Sự phân tích về thiên nhiên tính của cái tôi thật là nghiêm trọng cho một sự hiểu biết về con đường tu hạnh của Phật giáo. Chúng tôi có thể nói rằng có hai cái trái của vấn đề này trong Phật giáo. Một mặt có nhiều trường phái Phật giáo, mặc dầu họ phủ nhận cái tôi như là một nguyên tắc vĩnh viễn hay linh hồn vĩnh viễn, biện luận rằng cái tôi, hay một con người, hay một cá nhân, phải được nhận diện trong sự liên hệ với những kết hợp tinh-thần-thể-chất. Thí dụ, vài trường phái đặt vị trí một con người như là một tập hợp tổng thể của năm tổng thể. Những trường phái khác lại biện luận rằng chính ví y-thức tinh thần mới là con người thật sự hay cái tôi. Vị sư Ân-độ Bhavaviveka, thí dụ, đã nhận diện ý thức tinh thần thứ sáu như là con người trong sự phân tích cuối cùng. Tuy nhiên, các trường phái khác, chẳng hạn như trường phái Chỉ Tinh Thần Thôi, không thỏa mãn với sự nhận diện của con người với ý thức tinh thần. Họ định vị một khả năng riêng biệt gọi là "ý thức có-thể-làm-nềntảng" (alaya vijnana) được cho là vẫn còn liên tục, hiện diện vô tận, và được nối tiếp. Nó còn được cho là trung hòa, và hành động như là một sự đặt để trở lại cho nhiều xu-hướng tồn tại trong giòng-tinh-thần của chúng ta.

Cho nên nhóm trường phái Phật giáo này toan thử để nhận diện cái tôi một cách khách quan với tính phức tạp của tinh-thần-thể-xác. Nguyên nhân nào trường phái Chỉ Tinh Thần Thôi cảm thấy cần phải định vị một ý thức có thể làm nền tảng tách rời khỏi ý thức tinh thần tổng quát của chúng ta? Họ nhận thấy rằng có những dữ-kiện-hiện hữu trong cuộc đời của chúng ta, đặc biệt đối với những người thiền đã được biến thái ở mức độ cao có sự cân-bằng trên tính trống rỗng, khi không có một khía cạnh nào của ý thức của người thiền bị ô nhiễm. Tuy thế người thiền vẫn chưa được giác ngộ hoàn toàn, cho nên những ô-nhiễm-tố tinh thần và những dấu tích của chúng phải vẫn còn ẩn dật một nơi nào đó. Đây là lý do tại sao họ đã cảm thấy cần phải định vị một khả-năng- hiểu-biết riêng rẽ gọi là ý thức có-thể-được-làm-nền-tảng, do bởi tính rất thiên nhiên của một trạng thái trung hòa.

Mặt khác, có trường phái Phật giáo gọi là Prasangika Madhyamaka phủ nhận mọi sự cần thiết để định vị cái tôi một cách khách quan như là một thực thể hiện hữu *cố* hữu. Họ biện luận rằng chúng ta không thể định vị hoặc cái tôi hay các sự vật và các biến cố như là sự làm sở hữu chủ cái thực trạng khách quan độc lập. Chúng ta phải hiểu biết sự hiện hữu của cái tôi hoặc một con người như là một sự kiến trúc trong sự liên hệ đến cái phức tạp của tinh-thần-thể-chất, một cái gì bị qui tội trên cái căn bản của tinh thần và thể chất nhưng không có sự hiện hữu độc lập hay sự sự nhận diện cố hữu.

Từ quan điểm thâm sâu hơn và thứ hai này, chúng ta nói rằng cái tôi là một sự chỉ định được qui tội cho tính phức tạp của các tập hợp tinh-thần-thể-chất. Những người Prasangikas chủ trương rằng thiên nhiên tính của cái tôi là cái mà khi chúng ta thật sự bắt đầu sưu tầm sự hiện hữu thật sự của nó trên căn bản của những cấu chất tinh thần và thể chất có chủ ý của nó, quý vị không thể tìm thấy một cái gì có thể nhận diện như là "cái tôi" thực sự. Trường phái Prasangika Madhyyamaka chấp nhận ý tưởng của cái tôi như là cái được gọi là "sự phân tích bảy điểm" (2) và cuối cùng tuyên bố rằng bởi vì một cái tôi hay một con người không thể tìm thấy được khi chúng ta phân tích thể xác và tinh thần của chúng ta, chúng ta không nên kết luận rằng nó hoàn toàn không hiện hữu một tí nào, nhưng đúng hơn rằng nó tồn tại như là một sự chỉ định.

Một trong những thành quả mà họ rút từ phương cách này là điều mà chúng ta không thể dự vào sự phân tích sâu xa quá, và cố gắng để định vị một thực trạng siêu hình cho cái tôi, đúng hơn chúng ta nên chấp nhận cái thực trạng của cái tôi hay một con người trên căn bản của qui ước tổng quát, và không nên điều tra vượt ngoài sự kiện ấy. Cho nên khi quý vị bắt đầu đánh giá rằng thực trạng của cái tôi có thể được chấp nhận như là hữu thực chỉ ở tại mức độ qui ước phổ quát, và tại mức độ của việc sử dụng ngôn ngữ, thì quý vị nhận ra rằng người ta không thể định vị bất cứ một thực trạng khách quan cố hữu nào. Hơn thế nữa, quý vị cũng đi đến việc công nhận rằng cái tôi không có sự nhận diện độc lập của chính nó, và không tồn tại một cách cố' hữu. Con người không tồn tại trong và của chính họ, nhưng chỉ trong ý niệm của ngôn ngữ và của sự hiểu biết biểu lộ trong thế giới có thể chuyển giao. Sự phân tích này là một cách thức đầy khéo léo để nhận được sự thông suốt vào bên trong tính trống rỗng của con người.

---

(1) Phật giáo cổ điển phân biệt sáu loại ý thức: ý thức giác thị, ý thức thính giác, ý thức khứu giác, ý thức vị giác và ý thức tinh thần.

(2) Sự phân tích này điều tra bảy khả thi từng cái một. Chúng là: cái tôi không trùng với các bộ phận của nó, cái tôi không phải một cái gì khác hơn là quá khứ của nó, cái tôi không phải là cái nền tảng của các bộ phận của nó, cái tôi không lệ thuộc vào các bộ phận của nó, cái tôi không phải là hình dáng của các bộ phận của nó, và cái tôi không phải là tổng hợp của các bộ phận của nó

Những người Prasangikas đang gợi ý rằng con người thì cách nào đó có thật sự trong tên và ý niệm, nhưng không trong thực trạng khách quan. Tuy nhiên, ý niệm này hơi khác với ý tưởng của những thực thể trừu tượng được chấp nhận trong các trường phái Phật giáo khác cũng nói tương tự rằng các thực thể là thực trong tên và ý niệm. Thật quan trọng để không bị lẫn lộn điều này. Mặc dầu cùng một ngôn từ có thể được dùng bởi các trường phái tôn giáo khác, ý nghĩa của nó có thể thay đổi trong những nội dung khác và khi được sử dụng bởi các triết gia khác nhau. Điều này đúng thí dụ, về tiếng "thiên nhiên tính có cơ bản," svabhava. Chúng ta đôi lúc thấy tiếng dùng trong tác phẩm của các triết gia thuộc phái Prasangika Madhiyamaka họ phủ nhận ý tưởng của sự hiện hữu cố hữu. Bởi vì vậy chúng ta thật quan trọng để tinh ý về nội dung đặc biệt trong đó tiếng nói hiện ra.

Khi chúng ta nói đến tiếng "tôi" trong khuôn khổ của Tám Câu Kệ, vì vậy, chúng ta nên xem nó như là một vài hình thức của sự thật khách quan hoặc cái tôi tồn tại một cách thực sự. Chúng ta nên luôn luôn mang trong đầu óc rằng cái tôi được hiểu như là một con người theo nguyên tắc.

Trong câu này quý vị đang tạo ra một sự phấn khởi để ôm tất cả những sinh linh khác như là yêu thương một cách tối thượng vào trong quý vị, bởi vì họ là cái nền tảng trong đó quý vị có thể thực hiện mục đích cao nhất, đó là sự an lạc của các sinh linh. Mục đích này vượt quá ngay cả cái vật trang sức danh giá vun-đầy-ước mong, bởi vì món nữ trang như thế dù có thể quí giá bao nhiêu, nó không thể mang lại sự thu đạt tinh thần cao nhất. Cũng còn có một mục tiêu ở đây về lòng nhân đạo của tất cả tha nhân, như khi chúng ta đã nói đến ý nghĩa của điều này trước đây. Đối với một người tu luyện Mahayana đặc biệt, chính bởi vì các sinh linh khá quý vị có thể mở mang lòng từ bi lớn, nguyên tác tinh thần cao nhất, và cám ơn các sinh linh khác mà quý vị có thể mở mang *bodhichitta*, cái ý định vị tha. Cho nên trên nền tảng của sự giao du với tha nhân mà qui cị có thể đạt được những sự nhận thức hóa tinh thần cao nhất. Từ điểm nhìn đó, lòng nhân đạo của tha nhân thì rất là thâm sâu.

Chúng ta thấy một nguyên tắc tương tự cũng sử dụng được trong các lãnh vực tu luyện tinh thần khác chẳng hạn như "ba việc huấn luyện cao" — sự huấn luyện trong luân lý, tiền và thông suốt. Vai trò được đóng bởi tha nhân rất quan trọng trong những sự huấn luyện này, ngay từ khởi điểm. Chúng ta hãy lấy, thí dụ, việc huấn luyện cao hơn về luân lý. Cái bản thể của sự huấn luyện Phật giáo về luân lý là cái đạo đức của sự giới hạn lại, đó là, rút lại khỏi việc làm hại tha nhân; vá cốt lõi của sự tu luyện là rút lui khỏi mười hành động âm tính, điều thứ nhất của chúng là không được giết. Cho nên chính việc tu luyện thứ nhất về nguyên tắc đạo đức, không được giết, trực tiếp được nối tiếp với giá trị của vai trò được đóng bởi tha nhân. Hơn thế nữa, theo Phật giáo một số phẩm chất âm dương tính mà chúng ta ước muốn trong đời, chẳng hạn như sống thọ, một mạo diện hấp dẫn, được giàu có, có được tất cả các nhu cầu cần thiết, và v.v..., những điều này được cho là kết quả của tiền kiếp về việc giao dịch của quý vị với tha nhân, sống thọ, thí dụ, được cho là một hiệu quả của một sự tu luyện đạo đức về việc tránh khỏi sự giết; được hấp dẫn về thể chất được cho là kết quả từ sự kiên nhẫn với tha nhân; được cung cấp sung mãn thì được xem là hậu quả của việc có lòng quảng đại hướng về tha nhân vào một kiếp trước của một người nào đó; và v.v.... Cho nên ngay cả những ưu đãi trần tục mà chúng ta cố gắng để đạt cho kỳ được thì cho là cái quả của việc giao tế với tha nhân.

Khi chúng ta nói về việc triển khai tư tưởng ôm giữ tha nhân như người yêu thương tối thượng, thật quan trọng để hiểu rằng chúng ta không triển khai loại tính thương hại mà chúng ta thường cảm thấy đối với những người kém may mắn hơn chúng ta. Với lòng thương hại, nó có khuynh hướng khinh-khi sự vật của lòng từ bi của chúng ta, và cảm thấy một ý nghĩa về tính tự cao. Ôm giữ những người khác thân yêu thì thật ra là đảo ngược với điều này. Trong sự tu hành này, bằng cách công nhận lòng nhân đạo của tha nhân và việc họ quí hóa như thế nào là cho sự tiến bộ tinh thần của chúng ta, chúng ta ngưỡng mộ sự quan trọng và ý nghĩa về họ một cách vô vàn, và vì vậy chúng ta một cách tự nhiên ban cho họ một vị thế cao hơn trong đầu óc chúng ta. Chính bởi vì chúng ta nghĩ đến họ trong cách này mà chúng ta có thể liên hệ với họ một cách đáng yêu quí, và đáng giá ngang bằng sự kính trọng và sự cảm mến của chúng. Do bởi điều này, câu kệ kế đến đọc là:

Khi nào tôi giao du với một người nào,
Nguyện cầu cho tôi xem chính tôi như là kẻ thấp nhất trong tất cả mọi người,
Và, từ những đáy sâu thăm-thẳm của con tim tôi,
Kính cẩn giữ tha nhân như là người siêu việt.

[Whenever I interact with someone,
May I view myself as lowest amongst all,
And, from the very depths of my heart.
Respectfully hold others as superior.]

Bài kệ này gợi ý về loại thái độ mà tôi vừa mới mô tả. Ý tưởng về việc xem chính mình thấp hơn tha nhân không nên được phân giải theo cách chỉnh-mảng về chính chúng ta, bỏ quên nhu cầu của chúng ta, hoặc cảm nghĩ rằng chúng ta ở trong một trường hợp vô vọng. Đúng hơn là, như tôi đã giải thích trước đây, nó mọc cành từ trạng thái can đảm của tinh thần mà ở đó quý vị có thể liên hệ với tha nhân, ý thức đầy đủ về khả năng quý vị có để giúp đỡ. Cho nên xin vui lòng đừng hiểu sai lầm điều này. Ý nghĩa được gợi lên ở đây là việc cần thiết một sự khiêm tốn chân thật.

Tôi muốn kể một câu chuyện để diễn tả điều này. Có một vị sư vĩ đại ở Dzogchen vào hai hoặc ba thế hệ trước đây gọi là Dza Paltrul Rinpoche. Không những ông ta là một vị sư vĩ đại nhưng ông ta còn có một số lớn đệ tử, và ông ta thường giảng dạy cho hàng ngàn học viên. Nhưng ông ta còn là nhà thiền học, cho nên thỉnh-thoảng ông ta tan biến để rút vào một nơi nào đó, và các học viên của ông ta phải chạy khắp nơi để tìm kiếm. Một trong những giờ nghỉ này ông ta đang ở trên con đường hành hương, và ông ta ở lại một vài ngày với một gia đình, giống như những người hành hương Tây Tạng thường làm; họ phải kiếm chỗ ngủ tại một gia đình trên đường đi và phải làm một vài việc nhỏ để kiếm đổi lại thức ăn. Cho nên ông Dza Paltrul Rinpoche làm nhiều việc vặt khác nhau cho gia đình này, bao gồm việc đổ bình cầu tiêu của người mẹ, đó là việc ông làm thường xuyên trên căn bản. Cuối cùng vài học viên của ông ta đến trong vùng, và nghe rằng ông Dza Paltrul Rinpoche đang ở đâu đây, và một số tu sĩ sau cùng đến vào trong căn nhà này và tiến đến người mẹ trong nhà. "Bà có biết ông Dza Paltrul Rinpoche ở đâu không? họ hỏi. "Tôi không biết có ai là ông Dza Paltrul Rinpoche ở đây cả," bà ta trả lời. Rồi các tu sĩ mô tả ông ta cho bà nghe, và hỏi, "Chúng tôi nghe rằng ông ta trú ngụ trong nhà bà như là một người hành hương." "Ố, bà ta khóc lên, *đó là* Dza Paltrul Rinpoche!" Rõ-ràng, chỉ ngay tại giờ khắc ấy, ông Dza Paltrul Rinpoche đã ra ngoài đổ bình cầu tiêu của bà ấy. Người mẹ quá kinh hoàng và bà bỏ chạy mất!

Câu chuyện này ngụ ý cho chúng ta thấy ngay cả một vị sư lớn như Dza Paltrul Rinpoche, là người có cả ngàn đệ tử, và ông ta thường giảng dạy từ cấp vị cao, bao quanh đầy cả tu sĩ, và v.v..., có cả một sự khiêm tốn chân thật. Ông ấy không có một sự e-dè nào khi đến làm việc nhỏ mọn như đổ bình cầu tiêu của một bà già.

Có những cách thức đặc biệt mà một người có thể tập luyện để xem mình thấp nhỏ hơn tha nhân. Để lấy một thí dụ, chúng ta tất cả đều biết rằng khi chúng ta chú tâm vào một vật hay một người đặc biệt nào đó, tùy vào góc cạnh mà người ta từ đó nhìn vào nó, chúng ta sẽ có một phối cảnh khác nhau. Đây, trong thực tế, là thiên nhiên tính của tư tưởng. Tư tưởng có khả năng chỉ lựa chọn những tính chất đơn độc của một sự vật hiện diện vào một thời điểm đặc biệt nào đó, tư tưởng con người không có khả năng nhìn một cách bao quát trong cái toàn thể tính của nó. Thiên nhiên tính của tư tưởng là lựa chọn. Một khi quý vị nhận thức được điều này, quý vị có thể nhìn quý vị như là thấp kém hơn tha nhân từ một điểm nhìn nào đó, ngay cả trong việc so sánh với một con sâu nhỏ tý.

Hãy lấy thí dụ việc tôi so sánh chính tôi với một con sâu. Tôi là một đệ tử của Phật Thích Ca, và là một con người được trang bị với một thể tích để suy nghĩ, đúng phải như vậy, để có thể phán đoán giữa sự đúng và sự sai. Đúng ra tôi cũng có một vài kiến thức căn bản về những sự giáo huấn căn bản của Phật Thích Ca, và theo lý thuyết tôi đã thệ nguyện vào việc các sự tập luyện này. Thế nhưng khi tôi nhận thấy một vài khuynh hướng âm tính trỗi dậy trong người tôi, rồi khi tôi thực hành những hành động dương tính, hoặc khi tôi biểu lộ những hành động âm tính trên nền tảng của những sự thúc đẩy của nó, thì từ quan điểm này chắc hẳn có một lý do để nói rằng tôi bằng cách nào đó thấp kém hơn con sâu. Sau hết, một con sâu không có thể phán đoán giữa sự đúng và sự sai trong cách thức của con người có thể làm, nó không có cái khả năng để suy nghĩ trong một cách thức lâu dài và nó không thể hiểu những khúc-mắc của những bài dạy tinh thần, cho nên từ quan điểm của Phật giáo, những gì con sâu làm là kết quả của thói quen và sự truyền kiếp. Do bởi sự so sánh, con người có khả năng quyết định những gì nó làm. Nếu, mặc cho điều này, chúng ta hành động một cách âm tính thì có thể nói rằng chúng ta thấp kém hơn con sâu vô tội kia! Cho nên một khi quý vị suy nghĩ theo con đường này, có những vùng đất chân thật cho việc xem chúng ta như là thấp kém hơn tất cả các sinh linh khác.

Câu kệ thứ ba đọc là:

Trong tất cả những hành động của tôi xin cho tôi chích nối vào trong tinh thần tôi,
Và ngay khi những sự gây đau đớn tinh thần và cảm xúc trỗi dậy,
Là khi chúng tạo nguy hiểm cho tôi và tha nhân,
Xin cho tôi đương đầu với chúng và đảo ngược chúng lại.

[In all my deeds may I probe in to my mind,
And as soon as mental and emotional afflictions arise,
As they endanger myself and others,
May I strongly confront them and avert them.]

Điều này cho thấy rằng mặc dầu tất cả chúng ta, như là những người tu luyện tinh thần, ước muốn để vượt qua những sự bốc đồng, tư tưởng và cảm xúc âm tính, do bởi thói quen lâu dài hướng về những khuynh hướng âm tính, và do bởi thiếu sự cần-mẫn trong việc áp dụng những liều thuốc giải độc cho chúng, những tư tưởng và những cảm xúc gây khổ đau thật sự có hiện ra một cách bất chợt và khá mạnh-mẽ trong chúng ta. Có cái lực của chúng như vậy, thật ra, chúng ta bị điều khiển bởi những khuynh hướng âm tính này. Câu kệ nói lên rằng chúng ta nên ý thức sự kiện này để chúng ta luôn thức tỉnh. Chúng ta nên liên tục kiểm soát chính chúng ta và ghi chú khi những khuynh hướng âm tính nổi lên trong chúng ta, để chúng ta có thể bắt nhận nó ngay khi chúng nổi dậy. Nếu chúng ta hành động như thế này thì chúng ta sẽ không nhượng bộ dưới nó; chúng ta sẽ có thể duy trì sự bảo vệ của chúng ta và giữ một khoảng cách nào đó xa từ chúng. Trong cách thức này chúng ta sẽ không làm cho chúng mạnh thêm, và chúng ta sẽ được tránh khỏi phải trải qua một sự bùng nổ về cảm xúc mạnh và những lời nói và những hành động âm tính do chúng dẫn đến.

Nhưng thông thường, điều này không xảy ra. Ngay cả việc chúng ta biết rằng các cảm xúc âm tính đều nguy hại, nếu chúng nó không căng thẳng lắm chúng ta có khuynh hướng nghĩ, 'Ô có thể điều này không sao.' Chúng ta đối xử với chúng có vẻ tình cờ. Vấn đề trở ngại là quý vị trở nên quen thuộc với những sự gây tổn thương trong quý vị càng lâu dài hơn, quý vị càng dễ bị để cho chúng tái xuất hiện, và xu hướng của quý vị sẽ càng lớn hơn để quý vị bị nhượng bộ chúng nó. Đây là lý do tại sao âm tính tự kéo dài chính nó. Cho nên thật quan trọng phải giữ tinh thần sáng suốt, như nội dung của nó nhắn nhủ, để khi nào những sự gây tổn thương nổi dậy quý vị có thể đương đầu với chúng và đảo ngược chúng ngay.

Trước đây, tôi đã nêu lên điểm rằng giáo lý Phật giáo phải được hiểu trong mục đích nhằm đạt sự tự do khỏi sự khổ đau, và trung tâm của việc tập luyện tinh thần Phật giáo bởi vì để nhằm đương đầu với các khuynh hướng âm tính. Thật là rất quan trọng, đặc biệt cho những người tu luyện Phật giáo, để liên tục kiểm soát chính mình hằng ngày, để kiểm soát tư tưởng và cảm xúc ngang bằng nhau, nếu có thể, trong những giấc mơ của chính mình. Trong khi quý vị huấn luyện chính quý vị trong việc áp dụng tinh-thần-tỉnh-táo, dần-dà quý vị sẽ có thể áp dụng nó càng ngày càng nhiều hơn một cách đều đặn, và hiệu quả của nó như là một dụng cụ sẽ được tăng lên.

Câu kệ kế tiếp đọc là:

Khi tôi thấy người đời không được hạnh phúc
Bị áp bức mạnh mẽ bởi sự khổ đau và âm tính,
Xin cho tôi ôm ấp thân yêu chúng - bởi chúng thật hiếm hoi để tìm kiếm được,
Như tôi đã khám phá một kho tàng ngọc ngà châu báu!

[When I see beings of unpleasand character
Oppressed by strong negativity and suffering,
May I hold them dear — for they are rare to find
As if I have discovered a jewl treasure!]

Câu kệ này nói đến trường hợp đặc biệt về sự liên hệ với những người mà quý vị giao tế hời-hợt với họ, có lẽ vì tính tình của họ, diện mạo của họ, sự nghèo-khó của họ, hoặc vì bệnh tật. Những ai tu luyện *bodhichitta* phải đặc biệt săn sóc những người này, như là, khi gặp họ, quý vị đã tìm được một kho tàng thật sự. Thay vì có cảm xúc bị xua đuổi lui, một người tu luyện chân thật về những nguyên tắc vị tha nên tham dự vào và đảm nhận sự thử-thách về việc liên hệ. Trên thực tế, cách thức mà chúng ta giao tế với loại người này có thể mang lại một sự thúc đẩy cho việc tu luyện tinh thần của chúng ta.

Trong ý niệm này, tôi muốn nêu ra một điểm về thí dụ lớn tạo nên do bởi các người anh và các người chị Thiên Chúa giáo mà họ đã tham dự vào các nghề nhân đạo và săn sóc đặc biệt trực tiếp với những người bị hờ-hững trong xã hội con người. Một thí dụ như vậy trong thời đại chúng ta là Mẹ Teresa vừa qua, là người đã dâng hiến cuộc đời của người để săn sóc những người nghèo khó. Bà đã gương-mẫu-hóa cái lý tưởng đã được mô tả trong câu kệ này.

Chính sự lưu tâm đến quan điểm này mà khi tôi gặp các thành viên của các trung tâm Phật giáo nhiều nơi khác nhau trên thế giới, tôi thường chỉ cho họ thấy rằng thật là thiếu sót nếu các trung tâm Phật giáo chỉ có những chương trình dạy giáo lý hoặc thiền định. Có những, lẽ dĩ nhiên, trung tâm Phật giáo rất đáng phục, và một số trung tâm ẩn-dật, ở đó các tu sĩ Tây phương đã được huấn luyện rất thuần thục đến nỗi họ có thể thổi kèn clarinet theo cách thức của truyền thống Tây Tạng! Nhưng tôi cũng nhấn mạnh cho họ điều cần thiết mang không gian săn sóc xã hội vào trong các chương trình sinh hoạt, để cho những nguyên tắc được trình bày trong các lời dạy Phật giáo có thể đóng góp vào trong xã hội.

Tôi cảm thấy vui thú để nói rằng tôi đã nghe một vài trung tâm Phật giáo đã áp dụng các nguyên tắc Phật giáo vào sinh hoạt xã hội. Thí dụ, tôi tin tưởng rằng tại Úc châu có những trung tâm Phật giáo đã thiết lập các cứu tế viện và giúp những người sắp chết, và săn sóc những người bệnh Aids (siđa). Tôi cũng còn nghe những trung tâm Phật giáo đã tham gia vào các hình thức giáo dục tinh thần tại các nhà tù, ở đó họ giảng thuyết và cố vấn. Tôi nghĩ đây là những tấm gương tốt. Thật là một điều rất đáng bất hạnh cho những người như vậy, đặc biệt là những người trong tù, cảm thấy bị xã hội tẩy chay. Đó không phải chỉ là một điều đau đớn thâm sâu cho họ, nhưng cũng là, từ một quan điểm rộng lớn hơn, một sự mất-mát cho xã hội. Chúng ta không cung cấp cơ hội cho những người này để làm một sự đóng góp xây dựng xã hội khi họ có tiềm năng để làm những việc như vậy. Tôi vì vậy nghĩ thật là quan trọng cho xã hội như là một tổng thể không từ bỏ những cá nhân như thế, nhưng ôm-ấp họ và ý thức tiềm năng đóng góp họ có thể làm được. Trong cách thức này họ sẽ cảm thấy họ có một chỗ đứng trong xã hội, và sẽ bắt đầu nghĩ rằng họ có thể có một điều gì để dâng hiến.

Câu kệ kế đến:

Khi tha nhân, trỗi lòng ganh tị
Hãy đối xử với tôi một cách sai lầm với sự lạm dụng, nói xấu, và khinh bỉ,

*Xin cho tôi nhận lấy sự thất bại
Và dâng hiến tha nhân sự chiến thắng thành công.*

[When others, out of jealousy,
Treat me wrongly with abuse, slander, and scorn,
May I take upon myself the defeat
And offer to others the victory.]

Điểm được nói lên ở đây là khi tha nhân chống lại quý vị, có lẽ vì không lý do hoặc không chứng minh được, thay vì phản ứng lại trong cách thức âm tính, là một người tu luyện chân chính về lòng vị tha quý vị phải có đủ khả năng để tha thứ họ. Quý vị cần phải giữ mình không bị rối loạn bởi những sự đối xử như vậy. Trong câu kệ tới chúng ta học được rằng không những chúng ta nên rộng lượng với những người như vậy, nhưng trong thực tế chúng ta nên xem họ như là những vị thầy của chúng ta. Nó đọc là:

*Khi những người mà tôi đã giúp đỡ họ,
Hoặc trong những người mà tôi đã đặt kỳ hy vọng lớn,
Cư xử sai lầm với tôi bằng những cách làm đau đớn dữ dội,
Xin cho tôi vẫn xem họ như là vị thầy quí giá của tôi.*

[When someone whom I have helped,
Or in whom I have placed great hopes,
Mistreats me in extremes hurtful ways,
May I regard him still as my precious teacher.]

Trong cuốn sách Hướng Dẫn vào Lối Sống Trung Đạo của Bồ Tát Bodhisattva (Guide to the Bodhisattva's Ways of Life) của Shantideva, có một phần thảo luận sâu rộng về cách thức làm sao chúng ta mở mang loại thái độ này và làm sao chúng ta có thể thật sự học hỏi để xem những người phạm phải điều hại cho chúng ta như là những sự vật để học hỏi tinh thần. Và cũng còn, trong chương ba của cuốn Ngưỡng Cửa vào Trung Đạo (Entry to the Middle Way) của Chandrakirta, có những bài dạy chứa đầy sự phấn khởi một cách thâm sâu và hiệu nghiệm về việc triển khai cho tính kiên nhẫn và sự rộng lượng.

Câu kệ thứ bảy đúc kết tất cả những sự tập luyện mà chúng ta đã thảo luận. Nó đọc là:

Nói tóm, xin cho tôi được dâng hiến điều lợi ích và niềm vui thú
Đến cho tất cả các mẹ tôi, cả hai bề trực tiếp và gián tiếp,
Xin cho tôi âm thầm đất lấy trên chính tôi
Tất cả mọi sự nhức-nhối và đau đớn của những người mẹ của tôi.

[In brief, may I offer benefit and joy
To all my mothers, both directly and indirectly,
May I quietly take upon myself
All hurts and pains of my mothers.]

Câu kệ này trình bày một sự tu luyện Phật giáo đặc biệt được biết đến là "sự tu luyện về sự cho và sự nhận" (*tong-len*), và nó thực hiện bằng cách hình-dung-hóa việc cho và nhận đó là chúng ta tập luyện việc ngang-bằng-hóa và việc trao đổi những gì của chúng ta và của tha nhân.

"Trao đổi những gì của chúng ta và của tha nhân" không nên được chấp nhận trong nghĩa chính xác của nó bằng cách trao chính mình cho tha nhân và trao tha nhân cho chính mình. Điều này không thể nào được, dù sao đi nữa. Điều có nghĩa ở đây là một sự đảo ngược thái độ mà thường một người có đối với chính mình và tha nhân. Chúng ta có khuynh hướng nghĩ điều này như là "cái tôi" như là một cốt lõi quí giá ở trung tâm của con người, một cái gì thật sự xứng đáng để săn sóc về nó, đến một mức độ chúng ta sẽ nhìn lên trên cả sự an lạc của tha nhân. Trái ngược lại, thái độ của chúng ta hướng về tha nhân thường giống nhau về sự vô tình; nhiều nhất là chúng ta có thể có vài sự lo âu đối với họ, nhưng ngay cả điều này có thể chỉ ở cấp bộ về cảm giác hay một xúc cảm. Hầu hết chúng ta vô tình đối với sự an lạc của tha nhân và không xem lấy điều đó một cách nghiêm trọng. Cho nên cái điểm của sự tu luyện đặc biệt này là đảo ngược thái độ này để chúng ta có thể giảm sự căng thẳng của việc chúng ta chụp lấy và những hệ lụy mà chúng ta có đối với chúng ta, và cố gắng xem sự an lạc của tha nhân là chính đáng và quan trọng.

Khi thực hành việc tu luyện Phật giáo bằng phương cách này, ở đó có một sự gợi ý rằng chúng ta nên nhận các sự nguy hiểm và khổ đau lên trên chúng ta, tôi nghĩ thật thiết yếu để nghĩ về họ một cách cẩn trọng và đánh giá trong cung cách xứng đáng của họ. Điều thật sự được ngụ ỹ ở đây là nếu, trong tiến trình đi theo con đường tinh thần của quý vị và học hỏi để nghĩ đến sự an lạc của tha nhân, quý vị được dẫn dắt đến việc nhận lấy những sự khó khăn hoặc ngay cả sự khổ đau, cho nên quý vị nên hoàn toàn chuẩn bị cho sự việc này. Quan điểm này không ám chỉ rằng quý vị nên ghét chính quý vị, hoặc làm khó khăn chính mình, hoặc bằng cách nào đó ước mong sự đớn đau cho chính quý vị trong hình thái của bệnh khoái-lạc-trong-sự-khổ-đau-bạc-đãi. Thật là quan trọng để am hiểu rằng điều này không mang một ý nghĩa như vậy.

Một thí dụ khác chúng ta không nên diễn dịch sai là câu kệ trong đoạn văn nổi tiếng Tây Tạng như là "Xin cho tôi can đảm nếu cần để sống qua thời đại này đến thời đại khác, trong nhiều đời vô tận, ngay cả trong vùng địa ngục sâu thẳm nhất. (May I have the courage if necessary to spend aeons and aeons, innumerable lifetimes, even in the deepest hell realm)." Điều ẩn ý ở đây là mức độ can đảm của quý vị ở đây nên ở vào một điểm mà nếu nó đòi hỏi tôi phải là một phần trong tiến trình của hành động cho sự an lạc của tha nhân, thí quý vị nên sẵn lòng và tự thệ nguyện chấp nhận lấy nó.

Việc hiểu đúng ý nghĩa của những đoạn văn này rất quan trọng, bởi vì nếu không quý vị có thể dùng nó để gia tăng sự thù-ghét-chính-mình, nghĩ rằng cái tôi là hiện thân của tính hướng-nội-của-chính-mình, là người nên bỏ mình vào sự quên lãng. Đừng quên rằng một cách tối hậu cái nguyên động lực đằng sau sự ước muốn để theo con đường tinh thần là để đạt được niềm hạnh phúc tối hậu, cho nên nó như là một người mưu cầu hạnh phúc cho chính mình cũng là người mưu cầu hạnh phúc cho tha nhân. Ngay cả từ một quan điểm thực tế, đối với những người mở mang lòng từ bi chân chính hướng về tha nhân, trước nhất người ấy phải có một căn bản từ đó triển khai lòng từ bi, và căn bản đó là khả năng nối những cảm xúc của chính mình và để săn sóc sự an lạc của tha nhân. Nếu một người không có khả năng để làm việc ấy, làm thế nào để người ấy nới dài tay đến tha nhân và cảm nhận sự lo âu cho họ? Việc săn sóc tha nhân đòi hỏi sự săn sóc cho chính mình.

Sự tập luyện, cho và nhận, bao hàm sự tập luyện lòng-nhân-đạo-thương-yêu và lòng từ bi: sự tập luyện việc cho nhấn mạnh sự tập luyện lòng-nhân-đạo-thương-yêu, trong khi đó sự tập luyện việc nhận nhấn mạnh sự tập luyện lòng từ bi.

Shantideva gợi ý một cách thức thích thú để thực hiện việc tập luyện này trong cuốn sách của ông, *Hướng Dẫn vào Nếp sống của Bồ Tát Bodhisattva (Guide to the Bodhisattva's Way of Life)*. Đó là một sự hình dung hóa nhằm giúp cho chúng ta đánh giá những sự thiếu sót của tính-hướng-nội-chính-mình, và cung cấp cho chúng ta những phương pháp để đương đầu với nó. Một bên quý vị hình dung hóa cái tôi bình thường của quý vị, cái tôi hoàn toàn không thể hiểu biết được sự an lạc của tha nhân và là hiện thân của tính-hướng-nội-chính-mình, đến nỗi lắm lúc nó còn cố tình lợi dụng tha nhân một cách ươn-ngạnh để đạt mục đích của mình. Rồi phía bên kia, quý vị hãy hình dung hóa một nhóm người đang bị khổ đau, với không một sự che chở và không nơi nương tựa. Quý vị có thể chú tâm vào một cá nhân nào đó nếu quý vị muốn. Thí dụ, nếu quý vị muốn hình dung hóa một người mà quý vị đã quen biết nhiều và đã săn sóc nghĩ đến họ, và là người đang đau khổ, thì quý vị có thể lấy người ấy như là một vật đặc biệt cho sự hình dung hóa của quý vị và thực hiện việc tu luyện hoàn toàn về sự cho và sự nhận đối với người ấy. Thứ ba, quý vị hãy xem quý vị như là nhân vật thứ ba trung hòa hay một quan sát viên khách quan, là người cố gắng để đánh giá đến sự chú ý của người ấy là quan trọng hơn ở đây. Cô lập hóa quý vị trong một vị trí của một quan sát viên khách quan sẽ làm cho nó dễ dàng hơn cho quý vị để thấy sự giới hạn của tính-hướng-nội-chính-mình, và dễ hơn để biết nó sẽ tốt hơn và có lý hơn bao nhiêu để nghĩ đến quý vị với sự an lạc của các sinh linh khác.

Như là một kết quả của sự hình dung hóa này, quý vị dần dần bắt đầu cảm thấy một sự dính liền với tha nhân và một cảm tình sâu đậm với sự khổ đau của họ, và tại điểm này quý vị có thể bắt đầu cuộc thiền thật sự về sự cho và sự nhận.

Để có thể thực hiện việc thiền về sự nhận, thường thường có nhiều ích lợi hơn để thực hiện một cuộc hình dung hóa khác. Trước nhất, quý vị dồn mọi sự chú tâm của quý vị vào những người đang bị đau khổ, và cố gắng để mở mang và tăng cường hóa lòng từ bi của quý vị hướng về họ, cho một lúc quý vị cảm thấy sự khổ đau không thể chịu đựng được nữa. Cùng vào lúc ấy, tuy nhiên, quý vị nhận ra rằng chẳng gì nhiều hơn để quý vị có thể làm để giúp đỡ họ một cách thực tế. Như vậy để huấn luyện quý vị cho trở nên có hiệu nghiệm hơn, với một nguyên động lực đầy lòng từ bi quý vị hình dung hóa việc nhận lấy nỗi khổ sở của họ về cho quý vị, những nguyên nhân của sự đau khổ, những tư tưởng và những cảm xúc âm tính của họ, và v.v.... Quý vị có thể thực hiện điều này bằng cách tưởng tượng tất cả những sự khổ sở và những âm tính của họ như là một dòng khói đen đậm, và quý vị hình dung hóa đám khói này tan trong chính quý vị.

Trong ý nghĩa của sự tập luyện này quý vị cũng hình dung hóa để chia sẻ những phẩm chất dương tính của chính quý vị với tha nhân. Quý vị có thể nghĩ đến những hành động có công trạng mà quý vị đã làm, mọi tiềm năng dương tính có thể có trong con người của quý vị, và còn cả những kiến thức hay sự thông suốt tinh thần mà quý vị vừa mới thu nhận được. Quý vị gởi chúng no ra cho các sinh linh khác, như vậy để cho họ thưởng thức những lợi ích của họ. Quý vị có thể làm được điều này bằng cách tưởng tượng những phẩm chất của quý vị trong hình thái của một ngọn đèn chiếu sáng hay một giồng ánh sáng hơi sáng, nó xuyên qua các sinh linh khác và được họ hấp thụ vào trong chính họ. Đây là cách thức làm sao để thực tập về sự hình dung hóa về sự cho và sự nhận.

Lẽ dĩ nhiên, loại thiền định này sẽ không có một hiệu quả thực tế đối với tha nhân bởi vì nó chỉ là một sự hình dung, nhưng điều nó có thể làm là nó giúp làm tăng sự lo nghĩ đến tha nhân và sự cảm tình của quý vị đối với sự khổ đau của họ, trong khi đó còn giúp giảm thiểu sức mạnh của tính-hướng-về-chính-mình. Đây là những lợi ích của sự tập luyện.

Đây là cách thức làm sao quý vị huấn luyện tinh thần của quý vị để triển khai sự phấn khởi vị tha nhằm giúp đỡ những sinh linh khác. Một khi điều này nổi lên cùng với sự phấn khởi đạt sự giác ngộ toàn diện, thì quý vị đã nhận thức hóa lòng từ bi *bodhichitta*, đó là, cái ý định vị tha để trở nên được hoàn toàn giác ngộ chỉ vì cho tất cả mọi chúng sinh.

Trong câu kệ cuối cùng, chúng ta đọc:

Nguyện cầu tất cả những điều này mãi còn không bị ô-uế
Do bởi sự dính dơ của tám điều trần tục hệ lụy
Và nguyện cầu cho tôi, nhận diện sự vật như là sự ảo tưởng

Không bị dính vào, được giải thoát khỏi thân phận tôi đòi.

[May all this remain undefiled
By the stain of the eight mundane concerns;
And may I, recognizing all things as illusion,
Devoid of clinging, be released from bondage.]

Hai hàng đầu của câu kệ này rất là thiết yếu cho một người tu luyện chân chính. Tám điều lo ngại về trần tục là những thái độ có khuynh hướng chế ngự cuộc sống của chúng ta một cách thông thường. Chúng là: trở nên mừng quýnh lên khi được một người nào ca ngợi quý vị, bị xuống tinh thần một khi bị một người nào làm sỉ nhục hoặc cho mình ti-tiện lại, cảm thấy hạnh phúc khi kinh nghiệm sự thành công, bị xuống tinh thần khi quý vị kinh nghiệm sự thất bại, được vui thú khi thụ được sự giàu sang, cảm thấy mất tinh thần khi quý vị trở thành nghèo nàn, cảm thấy thỏa mãn khi nổi danh, và cảm thấy xuống tinh thần khi quý vị thiếu sự khen ngợi.

Một người tu luyện chân thật phải bảo đảm rằng sự triển khai lòng vị tha của người ấy không bị ô-uế bởi những tư tưởng này. Thí dụ, nếu, trong khi tôi làm bài giảng thuyết này, tôi cũng có ngay cả một ý tưởng nhỏ nhất ở đằng sau tinh thần của tôi rằng tôi hy vọng người ta sẽ cảm phục tôi, như vậy nó cho thấy rằng nguyên động lực của tôi bị ô-uế với những sự nhận xét trần tục, hoặc như người Tây Tạng gọi là "tám điều nghĩ tưởng". Thật là quan trọng để kiểm soát chính mình và bảo đảm rằng điều ấy không xẩy đến. Cũng tương tự, một người tu luyện có thể áp dụng những lý tưởng vị tha vào trong cuộc sống hàng ngày của họ, nhưng bỗng nhiên người ấy cảm thấy hãnh diện về ý tưởng của ông ta, "À, ta là một người tu luyện vĩ đại", tức thì tám điều lo nghĩ trần tục làm ô-uế việc tu luyện của ông ta. Điều này cũng đúng nếu một người tu luyện nghĩ: "Tôi hy vọng người ta sẽ ngưỡng mộ những gì tôi làm", kỳ vọng nhận sự ca ngợi về một việc ông ta đã làm nhiều cố gắng. Tất cả những điều này đều là những sự lo âu trần tục làm hư hỏng sự tu luyện của một người, và thật là quan trọng để bảo đảm rằng điều này không xảy ra để cho việc tu luyện của chúng ta giữ được tinh khiết.

Như quý vị có thể thấy, những lời chỉ huấn quý vị tìm thấy trong lời dạy của *lo-jong* về việc chuyển hóa tinh thần rất mạnh-mẽ. Chúng thật sự làm cho quý vị suy tư. Thí dụ có một đoạn văn nói:

Nguyện cho tôi được thú vị khi người đời chê-bai, và nguyện cho tôi không lấy làm thú vị khi người đời ngôi khen. Nếu tôi nhận sự thú vị do lời khen ngợi thì nó tức thì làm tăng tính sân-si, tự cao, và tự đắc; trong khi đó nếu tôi lấy sự thú vị để làm sự chỉ trích, thì ít nhất nó sẽ mở đôi mắt tôi to lên hướng về những sự thiếu sót của tôi.

Đây thật sự là một cảm tình đầy sức mạnh.

Đến điểm này chúng ta đã thảo luận tất cả những sự tu luyện liên quan đến việc triển khai những gì được biết là "bodhichitta qui ước," cái ý định vị tha để trở thành giác ngộ trọn vẹn vì lợi ích cho tất cả mọi sinh linh. Bây giờ, hai hàng cuối cùng của Tám Câu Kệ liên quan đến việc triển khai đều được biết như là *"bodhichitta tối hậu"*. nói đến việc mở mang sự thông suốt vào bên trong cái thiên nhiên tính tối hậu của thực trạng.

Mặc dầu sự sản xuất trí khôn là một phần của những bodhicitta lý tưởng, như là sự hiện thân của sáu điều hoàn-hảo-hóa(3), nói một cách tổng quát, như chúng ta đã thấy trước đây, có hai khía cạnh chính của con đường tu hạnh Phật giáo — nguyên tắc và trí khôn (hay pháp và huệ), cả hai đều được bao gồm trong việc định nghĩa của sự giác ngộ, đó là tính-bất-nhị của một khuôn khổ hoàn hảo và trí khôn hoàn hảo. Sự tu luyện về trí khôn hay sự thông suốt tương quan với sự hoàn-hảo-hóa của trí khôn, trong khi sự tu luyện về những phương tiện khéo-léo hoặc những nguyên tắc tương quan với sự hoàn-hảo-hóa của khuôn khổ.

Đường đi của Phật giáo được trình bày lên ở đây nằm trong khuôn khổ tổng quát của những gì được gọi là Thổ, Đạo, và Quả. Trước hết, chúng ta mở mang một sự hiểu biết về thiên tính căn bản của thực trạng trong ý nghĩa của hai cấp bộ của thực trạng, cái chân qui ước và cái chân tối hậu; đây là thổ. Rồi trên con đường đi thật sự, chúng ta dần dần hiện thân hóa sự thiền định và sự tu luyện tinh thần như là một tổng thể trong ý nghĩa của pháp và huệ. Cái quả cuối cùng của đường đi của một người xảy ra trong ý nghĩa của tính-bất-nhị của khuôn khổ được hoàn-hảo-háo và trí khôn được hoàn-hảo-hóa.

Hai hàng cuối cùng đọc:

Và nguyện cầu cho tôi, nhận diện mọi sự vật là ảo tưởng, Thiếu vắng sự dính liền, được giải phóng khỏi mọi sự ràng buộc.

Những hàng này thật sự chỉ đến việc tu luyện của việc triển khai sự thông suốt vào bên trong thiên nhiên tính của thực trạng, nhưng trên bề mặt hình như chúng ám chỉ một cách thức liên quan đến thế giới trong những giai đoạn của sự hậu-thiền. Trong những lời giáo huấn của Phật giáo về thiên tính tối hậu của thực trạng, hai giai đoạn về thời gian được phân biệt riêng-rẻ; một bên là giai đoạn thiền thật sự trong suốt thời gian đó.

---

(3) Đây là những sự hoàn-hảo-hóa về lòng đại lượng, kỷ luật, kiên nhẫn, *cố gắng, thiền*, và *trí khôn*, quý vị giữ trong sự thiền chú-tâm-vào-một-điểm-duy-nhất vào tính trống rỗng , và bên kia là giai đoạn kế tiếp tiến đến giai đoạn thiền khi quý vị tham dự vào một cách năng động với thế giới thật sự, như là chính nó. Cho nên, ở đây, hai hàng này trực tiếp liên quan đến cách thức liên hệ với thế giới trong cái hậu quả của việc thiền về tính trống rỗng của một người. Đây là lý do tại sao bài giảng nói về sự ngưỡng mộ cái thiên nhiên tính có-vẻ-ảo-tưởng của thực trạng, bởi vì đây là phương cách người ta nhận thức sự vật khi một người tỉnh dậy từ việc thiền chỉ-nhắm-vào-một-điểm-duy-nhất về tính trống rỗng.

Trong cái nhìn của tôi, những hàng này nói lên một điểm rất quan trọng bởi vì lắm lúc người ta có ý kiến rằng điều quan trọng là việc thiền chú-tâm-vào-một-điểm trên tính trống rỗng tmg đợt thiền. Họ ít chú ý đến việc làm thế nào kinh nghiệm này được áp dụng vào trong những giai đoạn hậu-thiền. Tuy nhiên, tôi nghĩ giai đoạn hậu-thiền thì rất quan trọng. Toàn điểm của việc thiền về thiên nhiên tính tối hậu của thực trạng để bảo đảm rằng quý vị không bị lừa bẩy bởi diện mạo ngoại lai, và rằng quý vị đánh giá khoảng hở giữa những sự vật xuất hiện ra đối với quý vị và nó thật sự như thế nào đối với quý vị. Giáo lý Phật giáo giải thích rằng diện mạo thường lừa gạt. Với một sự thấu hiểu sâu rộng hơn về thực trạng, quý vị có thể vượt những qua diện mạo bên ngoài và liên hệ với thế giới trong một cách sự việc với nhiều thích ứng, hiệu quả, và thực tế hơn.

Tôi thường đưa ra những thí dụ chúng ta nên liên hệ với người hàng xóm của chúng ta như thế nào. Hãy tưởng tượng rằng quý vị đang sống trong một vùng đặc biệt nào đó của thành phố trong đó sự giao tiếp với người hàng xóm hầu như bất khả thi, thế vậy nhưng nó sẽ tốt hơn nếu quý vị làm liên hệ với họ hơn là bỏ qua họ đi. Để thực hiện một điều như vậy trong một cách khôn ngoan nhất thì nó lệ thuộc vào sự hiểu biết của quý vị bao nhiêu về tính tình của người hàng xóm. Nếu, thí dụ, người sống bên cạnh nhà của quý vị rất khá giả, thì sự quen thân và sự truyền thông với họ sẽ rất có lợi cho quý vị. Cùng lúc ấy, nếu quý vị biết đằng sau sâu tận cùng người ấy cũng có thể rất mưu mẹo, kiến thức ấy không có giá trị nếu quý vị vẫn còn giữ sự liên hệ thân thiết và có đề phòng để người ấy không lợi dụng quý vị. Cũng tương tự, một khi quý vị có một sự hiểu biết sâu rộng về thiên tính của thực trạng, thì trong sự hậu-thiền-định, khi quý vị thật sự tham dự vào với thế giới, quý vị sẽ hên hệ với mọi người và mọi sự vật trong một cách thức nhiều thích ứng và thực tế hơn.

Khi đoạn văn ám chỉ việc nhìn tất cả các hiện tượng như là những ảo tưởng, nó có ý nói rằng cái thiên tính có-vẻ-ảotưởng của sự vật chỉ có thể được nhận thức nếu quý vị giải phóng quý vị ra khỏi những sự dính-dấp với hiện tượng như là những thực thể riêng biệt độc lập. Một khi quý vị đã thành công trong việc giải phóng quý vị khỏi những sự dính-dấp như vậy, sự nhận thức về thiên tính có-vẻ-ảo-tưởng của thực trạng sẽ tự động nổi lên. Bất cứ khi nào sự vật xuất hiện đến với quý vị, mặc dầu chúng có vẻ như là một sự hiện hữu độc lập hoặc khách quan, quý vị sẽ biết do kết quả của sự thiền của quý vị rằng đây không phải thật sự đúng như vậy. Quý vị sẽ ý thức rằng sự vật không cứng đặc và xác thực như vẻ bên ngoài của chúng. Tiếng "ảo-tưởng" vì vậy chỉ vào sự không đồng nhau giữa việc quý vị nhận thức sự vật như thế nào và nó thật sự như thế nào.

Sản Xuất Tinh Thần Cho Sự Giác Ngộ

Đối với những người ngưỡng mộ các lý tưởng tinh thần *của Tám Câu Kệ về Chuyển Hóa Tinh Thần* thật là hữu ích để lập lại những câu kệ sau đây để sản xuất tinh thần cho sự giác ngộ. Những vị tu hành Phật giáo nên ngâm đọc những câu kệ này và phản ảnh lên trên ý nghĩa của các chữ, trong khi đó *cố* gắng tăng cường lòng vị tha và lòng từ bi. Đối với những người tu luyện thuộc các truyền thống tôn giáo khác có thể rút tỉa từ những sự giáo huấn tinh thần của quý vị, và cố gắng làm thệ nguyện chính quý vị vào việc triển khai những tư tưởng vị tha trong việc theo đuổi lý tưởng vị tha.

Với ước mơ giải phóng mọi sinh linh
Tôi sẽ luôn luôn tìm ẩn trú
trong Phật, Pháp và Tăng
cho đến khi tôi giác ngộ hoàn toàn.

*Được gây nhiệt tình bởi trí khôn và lòng từ bi,
ngày nay trong sự hiện hữu của Phật Thích Ca
tôi sản xuất Tinh Thần để Thức Tỉnh Hoàn Toàn
cho ích lợi của tất cả chúng sinh.*

*Cho mãi đến khi nào không gian còn chịu đựng được
cho đến khi nào các sinh linh vẫn còn tồn tại,
cho đến khi ấy, nguyện cầu cho tôi vẫn còn sống lại
và tiêu trừ các nỗi khổ đau ở cõi ta bà thế giới.*

*[With a wish to be free all beings
I shall always go for refuge
to the Buddha, Dharma and Sangha
until I reach full enlightenment.*

*Enthused by wisdom and compassion,
today in the Buddha's presence
I generate the Mind for Full Awakening
for the benefit of all beings.*

*As long as space endures,
as long as sentient beings remain,
until then, may I too remain
and dispel the miseries of the world.]*

Để kết luận, đối với những người, như chính tôi, xem chính mình là đệ tử của Phật Thích Ca, nên tu luyện càng nhiều càng tốt. Đối với những tín đồ thuộc các truyền thống tôn giáo khác, tôi muốn được nói, "Xin vui lòng tu luyện tôn giáo của chính quý vị một cách nghiêm trọng và chân thành." Và đối với những người không tin vào tôn giáo nào, tôi yêu cầu quý vị hãy có tấm-lòng-ấm-cúng. Tôi yêu cầu điều này với quý vị bởi vì những thái độ tinh thần này thật sự đưa quý vị đến hạnh phúc. Như tôi đã đề cập đến trước đây, săn-sóc tha nhân thật sự có lợi ích cho quý vị.

Lẽ dĩ nhiên, loại thiền định này sẽ không có một hiệu quả thực tế đối với tha nhân bởi vì nó chỉ là một sự hình dung, nhưng điều nó có thể làm là nó giúp làm tăng sự lo nghĩ đến tha nhân và sự cảm tình của quý vị đối với sự khổ đau của họ, trong khi đó còn giúp giảm thiểu sức mạnh của tính-hướng-về-chính-mình. Đây là những lợi ích của sự tập luyện.

Đây là cách thức làm sao quý vị huấn luyện tinh thần của quý vị để triển khai sự phấn khởi vị tha nhằm giúp đỡ những sinh linh khác. Một khi điều này nổi lên cùng với sự phấn khởi đạt sự giác ngộ toàn diện, thì quý vị đã nhận thức hóa lòng từ bi *bodhichitta*, đó là, cái ý định vị tha để trở nên được hoàn toàn giác ngộ chỉ vì cho tất cả mọi chúng sinh.

Trong câu kệ cuối cùng, chúng ta đọc:

*Nguyện cầu tất cả những điều này mãi còn không bị ô-uế
Do bởi sự dính dơ của tám điều trần tục hệ lụy
Và nguyện cầu cho tôi, nhận diện sự vật như là sự ảo tưởng
Không bị dính vào, được giải thoát khỏi thân phận tôi đòi.*

*[May all this remain undefiled
By the stain of the eight mundane concerns;
And may I, recognizing all things as illusion,
Devoid of clinging, be released from bondage.]*

Hai hàng đầu của câu kệ này rất là thiết yếu cho một người tu luyện chân chính. Tám điều lo ngại về trần tục là những thái độ có khuynh hướng chế ngự cuộc sống của chúng ta một cách thông thường. Chúng là: trở nên mừng quýnh lên khi được một người nào ca ngợi quý vị, bị xuống tinh thần một khi bị một người nào làm sỉ nhục hoặc cho mình ti-tiện lại, cảm thấy hạnh phúc khi kinh nghiệm sự thành công, bị xuống tinh thần khi quý vị kinh nghiệm sự thất bại, được vui thú khi thụ được sự giàu sang, cảm thấy mất tinh thần khi quý vị trở thành nghèo nàn, cảm thấy thỏa mãn khi nổi danh, và cảm thấy xuống tinh thần khi quý vị thiếu sự khen ngợi.

Một người tu luyện chân thật phải bảo đảm rằng sự triển khai lòng vị tha của người ấy không bị ô-uế bởi những tư tưởng này. Thí dụ, nếu, trong khi tôi làm bài giảng thuyết này, tôi cũng có ngay cả một ý tưởng nhỏ nhất ở đằng sau tinh thần của tôi rằng tôi hy vọng người ta sẽ cảm phục tôi, như vậy nó cho thấy rằng nguyên động lực của tôi bị ô-uế với những sự nhận xét trần tục, hoặc như người Tây Tạng gọi là "tám điều nghĩ tưởng." Thật là quan trọng để kiểm soát chính mình và bảo đảm rằng điều ấy không xảy đến. Cũng tương tự, một người tu luyện có thể áp dụng những lý tưởng vị tha vào trong cuộc sống hàng ngày của họ, nhưng bỗng nhiên người ấy cảm thấy hãnh diện về ý tưởng của ông ta, "À, ta là một người tu luyện vĩ đại," tức thì tám điều lo nghĩ trần tục làm ô-uế việc tu luyện của ông ta. Điều này cũng đúng nếu một người tu luyện nghĩ: "Tôi hy vọng người ta sẽ ngưỡng mộ những gì tôi làm", kỳ vọng nhận sự ca ngợi về một việc ông ta đã làm nhiều cố gắng. Tất cả những điều này đều là những sự lo âu trần tục làm hư hỏng sự tu luyện của một người, và thật là quan trọng để bảo đảm rằng điều này không xảy ra để cho việc tu luyện của chúng ta giữ được tinh khiết.

Như quý vị có thể thấy, những lời chỉ huấn quý vị tìm thấy trong lời dạy của *lo-jong* về việc chuyển hóa tinh thần rất mạnh-mẽ. Chúng thật sự làm cho quý vị suy tư. Thí dụ có một đoạn văn nói:

Nguyện cho tôi được thú vị khi người đời chê-bai, và nguyện cho tôi không lấy làm thú vị khi người đời ngợi khen. Nếu tôi nhận sự thú vị do lời khen ngợi thì nó tức thì làm tăng tính sân-si, tự cao, và tự đắc; trong khi đó nếu tôi lấy sự thú vị để làm sự chỉ trích, thì ít nhất nó sẽ mở đôi mắt tôi to lên hướng về những sự thiếu sót của tôi.

Đây thật sự là một cảm tình đầy sức mạnh.

Đến điểm này chúng ta đã thảo luận tất cả những sự tu luyện liên quan đến việc triển khai những gì được biết là "bodhichitta qui ước," cái ý định vị tha để trở thành giác ngộ trọn vẹn vì lợi ích cho tất cả mọi sinh linh. Bây giờ, hai hàng cuối cùng của Tám Câu Kệ liên quan đến việc triển khai đều được biết như là *"bodhichitta tối hậu,"* nói đến việc mở mang sự thông suốt vào bên trong cái thiên nhiên tính tối hậu của thực trạng.

Mặc dầu sự sản xuất trí khôn là một phần của những bodhicitta lý tưởng, như là sự hiện thân của sáu điều hoàn-hảo-hóa (3), nói một cách tổng quát, như chúng ta đã thấy trước đây, có hai khía cạnh chính của con đường tu hạnh Phật giáo — nguyên tắc và trí khôn (hay pháp và huệ). Cả hai đều được bao gồm trong việc định nghĩa của sự giác ngộ, đó là tính-bất-nhị của một khuôn khổ hoàn hảo và trí khôn hoàn hảo. Sự tu luyện về trí khôn hay sự thông suốt tương quan với sự hoàn-hảo-hóa của trí khôn, trong khi sự tu luyện về những phương tiện khéo-léo hoặc những nguyên tắc tương quan với sự hoàn-hảo-hóa của khuôn khổ.

Đường đi của Phật giáo được trình bày lên ở đây nằm trong khuôn khổ tổng quát của những gì được gọi là Thổ, Đạo, và Quả. Trước hết, chúng ta mở mang một sự hiểu biết về thiên tính căn bản của thực trạng trong ý nghĩa của hai cấp bộ của thực trạng, cái chân qui ước và cái chân tối hậu; đây là thổ. Rồi trên con đường đi thật sự, chúng ta dần dần hiện thân hóa sự thiền định và sự tu luyện tinh thần như là một tổng thể trong ý nghĩa của pháp và huệ. Cái quả cuối cùng của đường đi của một người xảy ra trong ý nghĩa của tính-bất-nhị của khuôn khổ được hoàn-hảo-háo và trí khôn được hoàn-hảo-hóa.

Hai hàng cuối cùng đọc:

Và nguyện cầu cho tôi, nhận diện mọi sự vật là ảo tưởng,
Thiếu vắng sự dính liền, được giải phóng khỏi mọi sự ràng buộc.

(3) Đây là những sự hoàn-hảo-hóa về lòng đại lượng, kỷ luật, kiên nhẫn, cố gắng, thiền, và trí khôn. Những hàng này thật sự chỉ đến việc tu luyện của việc triển khai sự thông suốt vào bên trong thiên nhiên tính của thực trạng, nhưng trên bề mặt hình như chúng ám chỉ một cách thức liên quan đến thế giới trong những giai đoạn của sự hậu-thiền. Trong những lời giáo huấn của Phật giáo về thiên tính tối hậu của thực trạng, hai giai đoạn về thời gian được phân biệt riêng-rẽ; một bên là giai đoạn thiền thật sự trong suốt thời gian đó quý vị giữ trong sự thiền chú-tâm-vào-một-điểm-duy-nhất vào tính trống rỗng , và bên kia là giai đoạn kế tiếp tiến đến giai đoạn thiền khi quý vị tham dự vào một cách năng động với thế giới thật sự, như là chính nó. Cho nên, ở đây, hai hàng này trực tiếp liên quan đến cách thức liên hệ với thế giới trong cái hậu quả của việc thiền về tính trống rỗng của một người. Đây là lý do tại sao bài giảng nói về sự ngưỡng mộ cái thiên nhiên tính có-vẻ-ảo-tưởng của thực trạng, bởi vì đây là phương cách người ta nhận thức sự vật khi một người tỉnh dậy từ việc thiền chỉ-nhắm-vào-một-điểm-duy-nhất về tính trống rỗng.

Trong cái nhìn của tôi, những hàng này nói lên một điểm rất quan trọng bởi vì lắm lúc người ta có ý kiến rằng, điều quan trọng là việc thiền chú-tâm-vào-một-điểm trên tính trống rỗng trong đợt thiền. Họ ít chú ý đến việc làm thế nào kinh nghiệm này được áp dụng vào trong những giai đoạn hậu-thiền. Tuy nhiên, tôi nghĩ giai đoạn hậu-thiền thì rất quan trọng. Toàn điểm của việc thiền về thiên nhiên tính tối hậu của thực trạng để bảo đảm rằng quý vị không bị lừa bẩy bởi diện mạo ngoại lai, và rằng quý vị đánh giá khoảng hở giữa những sự vật xuất hiện ra đối với quý vị và nó thật sự như thế nào đối với quý vị. Giáo lý Phật giáo giải thích rằng diện mạo thường lừa gạt. Với một sự thấu hiểu sâu rộng hơn về thực trạng, quý vị có thể vượt qua những diện mạo bên ngoài và liên hệ với thế giới trong một cách sự việc với nhiều thích ứng, hiệu quả, và thực tế hơn.

Tôi thường đưa ra những thí dụ chúng ta nên liên hệ với người hàng xóm của chúng ta như thế nào. Hãy tưởng tượng rằng quý vị đang sống trong một vùng đặc biệt nào đó của thành phố trong đó sự giao tiếp với người hàng xóm hầu như bất khả thi, thế vậy nhưng nó sẽ tốt hơn nếu quý vị làm liên hệ với họ hơn là bỏ qua họ đi. Để thực hiện một điều như vậy trong một cách khôn ngoan nhất thì nó lệ thuộc vào sự hiểu biết của quý vị bao nhiêu về tính tình của người hàng xóm. Nếu, thí dụ, người sống bên cạnh nhà của quý vị rất khá giả, thì sự quen thân và sự truyền thông với họ sẽ rất có lợi cho quý vị. Cùng lúc ấy, nếu quý vị biết đằng sau sâu tận cùng người ấy cũng có thể rất mưu mẹo, kiến thức ấy không có giá trị nếu quý vị vẫn còn giữ sự liên hệ thân thiết và có đề phòng để người ấy không lợi dụng quý vị. Cũng tương tự, một khi quý vị có một sự hiểu biết sâu rộng về thiên tính của thực trạng, thì trong sự hậu-thiền-định, khi quý vị thật sự tham dự vào với thế giới, quý vị sẽ liên hệ với mọi người và mọi sự vật trong một cách thức nhiều thích ứng và thực tế hơn.

Khi đoạn văn ám chỉ việc nhìn tất cả các hiện tượng như là những ảo tưởng, nó có ý nói rằng cái thiên tính có-vẻ-ảo-tưởng của sự vật chỉ có thể được nhận thức nếu quý vị giải phóng quý vị ra khỏi những sự dính-dấp với hiện tượng như là những thực thể riêng.

Phụ đính Một

TÁM CÂU KỆ

VỀ SỰ CHUYỂN HÓA TINH THẦN

Gesh Langri Thangpa

(Chữ Tây Tạng)

*Với sự quyết tâm để thực hiện mục-tiêu cao nhất
Cho lợi ích tất cả mọi chúng sinh
Vượt qua ngay cả viên ngọc muốn thịnh đạt, Nguyện cầu cho tôi được giữ chúng mãi trong lòng.
Khi nào tôi giao du với một người nào,*

*Nguyện cầu cho tôi xem chính tôi như là kẻ thấp nhất trong tất cả mọi người,
Và, từ những đáy sâu thăm thẳm của con tim tôi, Kính cẩn giữ tha nhân như là người siêu việt.*

*Trong các hành động của tôi xin cho tôi chích nối vào trong tinh thần tôi,
Và ngay khi những sự gây đau đớn tinh thần và cảm xúc trỗi dậy --
Là khi chúng tạo nguy hiểm cho tôi và tha nhân -
Xin cho tôi đương đầu với chúng và đảo ngược chúng lại.*

*Khi tôi thấy người đời không được hạnh phúc
Bị áp bức bởi sự khổ đau và âm tính mạnh-mẽ,
Xin cho tôi ôm ấp thân yêu chúng -- bởi chúng thật hiếm để tìm kiếm được -- Như tôi đã khám phá được một kho tàng ngọc ngà châu báu!*

*Khi tha nhân, trỗi lòng ganh tị
Hãy đối xử với tôi một cách sai lầm với sự lạm dụng, nói*

Dalai Lama - 149

xấu, và khinh bỉ,
Xin cho tôi nhận lấy sự thất bại
Và dâng hiến tha nhân sự chiến thắng thành công.

Khi những người mà tôi đã giúp đỡ họ,
Hoặc trong những người mà tôi đã đặt kỳ hy vọng lớn,
Cư xử sai lầm với tôi bằng những cách làm đau đớn dữ dội,
Xin cho tôi vẫn xem họ như là vị thầy quí giá của tôi.

Nói tóm, xin cho tôi được dâng hiến điều lợi ích và niềm vui thú
   Đến cho tất cả các mẹ tôi, cả hai bề trực tiếp và gián tiếp,
   Xin cho tôi âm thầm đặt lấy trên chính tôi
   Tất cả mọi sự nhức nhối và đau đớn của những người mẹ của tôi.

Nguyện cầu tất cả những điều này mãi còn không bị ô-uế
Do bởi sự dính dơ của tám điều trần tục hệ lụy
Và nguyện cầu cho tôi, nhận diện sự vật như là sự ảo tưởng
Không bị dính vào, được giải thoát khỏi thân phận tới đòi.

Phụ đính Hai

NỀN ĐẠO ĐỨC CHO KỶ NGUYÊN MỚI

Bài Nói Chuyện Công Cộng vào ngày 10 tháng 5, 1999 tại Royal Albert Hall, London

DIỄN VĂN GIỚI THIỆU CỦA LORD REES-MOGG, NGUYÊN KÝ GIẢ CỦA *Báo Times*

Kính thưa Ngài, Kính thưa Quí Bà và Quí Ông, thật là một vinh dự lớn và cảm động để dâng lên bài diễn văn giới thiệu chương trình vào dịp này. Kính Thưa Ngài, Ngài được thấy tại Anh quốc như một vị thầy tinh thần đầy tự nguyện và rất nhiều như là một người bạn, và Ngài được bao quanh bởi nhiều bằng hữu và nhiều người ngưỡng mộ vào buổi chiều này. Cuộc đời của Ngài từng là một trong những đời sống của một vị thầy tinh thần của thời đại chúng tôi, và cũng giống như cuộc đời của những vị thầy vĩ đại của thời đại này, cũng giống như vậy như là Mahama Gandhi, không những chỉ là một đời sống tinh thần, nhưng một cuộc đời cần thiết liên tham dự tiến trình của lịch sử và trong sự khổ đau của dân tộc quí Ngài; và chính đó là những gì mà chúng tôi có tại Anh quốc với sự lưu tâm lớn nhất, sự cảm tình lớn nhất, và sự ngưỡng mộ lớn nhất.

Cả hai trong cuộc đời của Ngài và trong cuộc đời của nhiều đời mà dân tộc quí Ngài đã dẫn đạo, chúng tôi nhận diện một sự tổng hợp của lòng can đảm và lòng từ bi hoàn toàn độc đáo trong thế giới tân tiến. Ngài đã từng là một người xây dựng nhiều chiếc cầu—một người xây dựng những chiếc cầu trong cộng đồng quốc tế, một vị xây dựng những chiếc cầu giữa hai tôn giáo lớn—và chính nó, theo tôi nghĩ, là một trong những triện son về phẩm chất của bài dạy của Ngài mà Ngài đã tổng hợp của sự trung thực vào trong truyền thông tôn giáo của Ngài với một sự hiểu biết và tình yêu thương lớn lao đối với các truyền thống tôn giáo khác trên thế giới.

Đây bây giờ là một giai đoạn rất khó khăn trong thế giới, một giai đoạn mà trong đó một lần nữa chúng ta hình như bị đe dọa bởi chiến tranh và những sự nhiễu-nhương, và tất cả chúng ta đều ý thức cả hai về nỗi thông khổ của dân tộc Tây Tạng và những sự khổ sở đang xảy ra tại Yugoslavia và đặc biệt tại Kosovo. Trong cuốn sách mới sau này nhất của Ngài mà Ngài đã trực tiếp đưa ra những sáng kiến mà chính Ngài đã tiến hành cố gắng để tạo những vùng đất hòa bình trên thế giới ở đó có những sự đổ vỡ lớn và nhiều sự nguy hiểm, và chúng tôi hân hoan đón nhận Ngài vào chiều này một cách đặc biệt như là một sứ giả cho ý tưởng rằng hòa bình là phương cách đúng để giải quyết vấn đề của thế giới. Chúng tôi nhận thức lên trên tất cả mọi sự việc khác rằng sự giảng dạy đạo đức và tinh thần của Ngài có nhiều triện son của sự thật; bốn triện son có lẽ là khiêm tốn, nhân đạo, chịu đựng, và lồng từ bi. Y đi tư cách của một sứ giả hòa bình, tư cách một vị sư, chúng tôi chao đón Ngài trong chiều hôm nay với những lời cảm ơn thâm sâu của chúng tôi.

Đức Dalai Lama

Các anh em, các chị em, thật là một vinh dự cho tôi để có cơ hội này để gặp gỡ quý vị và để nói chuyện với quý vị. Tôi muốn được lấy cơ hội này để diễn tả sự cảm ơn hội Tibet House Trust về việc tổ chức biến cố này. Tôi cũng còn muốn diễn tả lời cám ơn của tôi đối với các thành viên của cộng đồng Tây Tạng về bài hát mở đầu, đó là điều làm cho tôi nhớ đến quê nhà của tôi, Tibet. Tôi cũng đặc biệt muốn diễn tả sự ngưỡng mộ sâu đậm đến Lord Rees-Mogg về bài diễn văn giới thiệu tuyệt vời. Ông ta ca ngợi tôi nhiều quá đến nỗi hai bàn chân của tôi không còn dính với đất. Tôi cũng nhấn mạnh điều này một cách thật đúng như vậy — cái ghế này quá cao, hai bàn chân tôi không với tới nền nhà! Cho nên xin cho phép tôi được cởi hài và ngồi tréo hai chân. À, như thế này thì dễ chịu nhiều hơn.

Tôi đã nói chuyện trong đại sảnh này trước đây. Tôi nhớ rất rõ ràng vào lúc ấy một trong những người bạn già nhất và thân mật nhất hiện diện ở đó, cựu Edward Carpenter, Giám Học của Westminter. Tôi luôn luôn có sự kính trọng và cảm phục thâm sâu nhất về ông. Bây giờ ông ta không còn với chúng ta, nhưng tôi vẫn còn nghĩ đến ông ta, như tôi nghĩ đến các người bạn già khác họ cũng không còn ở đây nữa. Có một cảm giác ấm cúng đụng chạm đến con tim tôi và nó vẫn còn luôn luôn ở đây.

Điều này chỉ cho chúng ta thấy thời gian vẫn tiếp tục đi tới. Năm này qua năm khác, tháng này qua tháng khác, ngày này qua ngày khác, phút này qua phút khác, giây nay qua giây khác, nó luôn luôn chuyển động và không bao giờ đứng yên. Không lực nào có thể ngừng nó được; nó nằm ngoài sự kiểm soát của chúng ta. Tất cả những gì chúng ta có thể làm là sử dụng nó một cách thích hợp và đầy xây dựng, hoặc dùng nó một cách âm tính và hủy hoại. Sự lựa chọn là của chúng ta; sự quyết định nằm trong chính bàn tay của chúng ta. Cho nên đặt thời gian vào việc sử dụng tốt: tôi nghĩ đó là rất quan trọng. Tôi tin tưởng rằng thời gian có nghĩa mang chúng ta đến hạnh phúc. Những hành động âm tính luôn luôn mang đến khổ đau và tiếc hương, nhưng hành động xây dựng mang chúng ta đến khoái lạc và thú vui.

Bây giờ đêm nay, vài người trong quý vị có thể đến đây chỉ vì tính tò-mò, nhưng thế cũng tốt. Rồi có một số người trong quý vị đã đến đây với vài sự kỳ vọng: đừng kỳ vọng quá nhiều! Tôi không có gì để dâng lên quý vị. Lắm lúc người ra đến xem tôi với kỳ vọng lớn về một loại ban phát kỳ diệu hoặc một điều gì tương tự, và những người khác xem tôi như là một vị thầy htuốc chữa lành bệnh. Tôi thường nói với họ rằng nếu tôi là một vị thầy thuốc thật sự làm lành bệnh thì tôi sẽ không có những mụt-nhọt trên da mà tôi gặp phải vào những ngày này; tôi không thể cứu chữa cho chính tôi! Cho nên tôi không nghĩ nó có ích lợi gì để chứa chấp những lỳ vọng không thực tế, và tôi muốn làm sáng tỏ một vấn đề là chúng ta tất cả đều là con người, và cùng giống nhau. Tôi không phải là một người đặc biệt.

Tất cả mọi con người đều căn bản giống nhau, dù người Đông phương hay người Tây phương, Nam phương hoặc Bắc phương, giàu hoặc nghèo, có học thức hoặc không có học thức, từ tôn giáo này hoặc tôn giáo khác, người có tin ngưỡng hoặc không tín ngưỡng — là con người, chúng ta tất cả đều giông nhau, về cảm xúc, về tinh thần, về thể chất, chúng ta đều giống nhau, về thể chất, có thể có một vài sự khác biệt nhỏ về hình dáng cái mũi của chúng ta, màu của tóc chúng ta và v.v..., nhưng những điều này đều nhỏ-nhặt; một cách căn bản, chứng ta đều giống nhau. Và chúng ta có cùng một tiềm năng, cái tiềm năng để chuyển hóa tinh thần và thái độ của chính quý vị. Thí dụ, nếu ngày nay quý vị không được hạnh phúc bởi vì quý vị đang lo sợ một điều gì, hoặc ghen tương, hoặc giận hờn, rồi tất cả những phản ứng này sẽ làm cho quý vị càng không được hạnh phúc hơn. Mặt khác, ngày hôm nay có thể quý vị cảm thấy hạnh phúc, và nó hình như có vẻ quý vị không có điều gì để lo nghĩ cả, nhưng vì dính dấp vào những điều kiện không thấy trước được sự việc có thể trở thành xấu. Chúng ta tất cả đều có tiềm năng để trải qua những kinh nghiệm dương tính và âm tính. Hơn thế nữa, chúng ta cũng có một tiềm năng để biến đổi các thái độ của chúng ta.

Thật là quan trọng để biết rằng mỗi chúng ta đều có thể biến đổi chính chúng ta trở thành một người tốt hơn, hạnh phúc hơn. Thật là quan trọng để nhận thức được điều này.

Bây giờ, tôi biết rằng một số người hình như thật sự phấn khởi về tân kỷ nguyên. Có vài loại kỳ vọng rằng tân kỷ nguyên chính nó sẽ mang lại những ngày hạnh phúc và mới mẻ. Tôi nghĩ sự suy nghĩ ấy là sai. Trừ khi có vài điều kỷ nguyên mới gì trong con tim chúng ta, thì cái kỷ nguyên mới bên ngoài một mình nó sẽ không thay đổi gì nhiều: Chúng ta vẫn còn có những ngày những đêm giống nhau, cùng mặt trời mặt trăng giống nhau, và v.v.... Tháng Mười Hai vừa qua tôi đã viếng thăm Paris trong ngắn-ngủi, và trên ngọn Tháp Eiffel họ để một máy đếm số ngày còn lại của thế kỷ này. Tất cả điều này chỉ cho thấy một thứ phấn khởi, một cái nhìn tổng quát hướng về tân thế kỷ. Nhưng rồi tôi nghĩ, "Có sự khác biệt gì tân thế kỷ sẽ mang lại?" Một cách thực tế, tôi nghĩ rằng cuộc đời sẽ tiếp tục tiến lên cũng cùng một cách giống nhau.

Tôi muốn nói rằng điều quan trọng nhất là chuyển hóa tinh thần chúng ta, như vậy chúng ta có một cách thức mới để suy nghĩ, và một cái dáng vẻ bên ngoài mới. Tôi nghĩ rằng chúng ta phải cố gắng để mở mang một thế giới mới bên trong chúng ta. Trong nhiều thế kỷ qua, và trong nhiều thế hệ, tính nhân đạo đã đầu tư mọi sự cố gắng vào trong việc mở mang xã hội về các tiện nghi vật chất, trên nền tảng của khoa học và kỹ thuật. Tôi nghĩ ngày hôm nay thế giới trong nghĩa rộng lớn của nó, và đặc biệt là các quốc gia Tây phương, đã thực hiện được những mức độ sống rất cao, thế mà một số nhiều vấn đề trở ngại vẫn còn, đặc biệt trong lãnh vực về sự phạm trọng tội và bạo động. Tại Anh quốc, Mỹ quốc và các nơi khác, nhiều người trẻ bắn ngay cả người khác không một lý do chính đáng. Và trong lãnh vực các liên hệ thế giới, tôi thường có cảm nghĩ rằng những quốc gia thương yêu sự tự do, chủ nghĩa dân chủ, và quyền tự do rất cao — ngay cả những quốc gia như Mỹ quốc, hoặc các quốc gia Tây Âu — thực tế vẫn còn lệ thuộc vào sức mạnh.

Tôi nghĩ đây là những quan niệm lỗi thời. Trong quá khứ, các quyền lợi quốc gia nhiều hoặc ít độc lập lẫn nhau, và những cộng đồng phần lớn tự túc ngay cả *ở* mức độ làng mạc. Trong những trường hợp như vậy, quan niệm về chiến tranh và các hoạt động quân sự có phần hoàn toàn chính đáng: nếu có sự chiến thắng một bên, sẽ có sự bị đánh bại kẻ địch bên kia. Nhưng ngày hôm nay hoàn cảnh như vậy hoàn toàn thay đổi. Không những chỉ làng mạc nhưng các quốc gia và ngay cả các lục địa đều lệ thuộc rất mạnh vào nhau, đặc biệt là mặt kinh tế. Dưới những trường hợp như thế này, hủy diệt hàng xóm của quý vị thì thật sự hủy diệt chính quý vị. Vì vậy chúng ta bây giờ có thể nói rằng những cách thức cũ xưa về tư duy, và các chính sách đi theo chúng nó, đều lỗi thời.

Và rồi có một vấn nạn về nếp sống. Hàng năm, chúng ta luôn luôn kỳ vọng có sự mọc lớn hơn về quốc gia, và nếu sự mọc lớn bị ngưng trệ thì người dân có cảm nghĩ rằng có điều gì sai quấy. Sớm hoặc muộn chúng ta sẽ đến một điểm ở đó chúng ta không thể đi đâu xa hơn. Hãy nhìn vào khoảng hở giữa người giàu và người nghèo. Tại những vùng phía Bắc có sự thặng dư, nhưng vùng phía Nam là những con người hoàn toàn giống như người phía Bắc, và cả hai cùng sống trên cùng một hành tinh, thế nhưng những nhu cầu căn bản không đủ dùng và ngay cả họ có thể chết đói. Lắm lúc tôi nghĩ sự chết đói gây nên bởi do chính lỗi lầm của chính họ; một số trong các quốc gia này đổ tài nguyên phong phú của họ vào dụng cụ quân sự hơn là canh nông và v.v..., và kết quả có thể gặp nạn đói. Và ngay cả trong một quốc gia rất giàu như Mỹ quốc, có một khoảng hở khổng lồ giữa những tỷ phú và người nghèo. Một số vài người bạn Mỹ của tôi mới đây nói với tôi rằng vài năm trước đây số lượng người tỷ phú khoảng 15, tôi nghĩ, nhưng bây giờ con số ấy quá cao nhiều hơn. Con số người tỷ phú đã gia tăng, nhưng người nghèo vẫn giữ nguyên nghèo, và trong vài trường hợp họ càng bị nghèo hơn.

Khoảng hở khổng lồ này giữa sự giàu và nghèo ở mức độ vùng, và trong lãnh vực quốc gia, không những sai về đạo đức mà còn là cội nguồn của những trở ngại thực tế. Cho nên chúng ta phải giải quyết những vấn đề này, chúng ta phải nâng cao tiêu chuẩn đời sống ở vùng Nam và của những người nghèo một cách tổng quát.

Hơn 15 năm trước đây tôi viếng thăm một trường đại học của quốc gia này, và đã có một cuộc nói chuyện với một chuyên viên về tài nguyên thiên nhiên và vấn đề dung môi. Ông ta nói với tôi rằng nếu tiêu chuẩn đời sống ở vùng Nam nâng lên theo tiêu chuẩn mà người dân vùng Bắc đang hưởng thụ, thì với nhân số hiện tại, nó mở ra một câu hỏi liệu tài nguyên thiên nhiên của trái đất có đủ hay không. Như vậy, như tôi đã nói, cách thức để giải quyết vấn đề là tăng tiêu chuẩn đời sống tại các quốc gia nghèo và trong các quốc gia giàu hơn, nhưng hậu quả nó sẽ không sớm thì muộn chúng ta phải đương đầu với tài nguyên thiên nhiên của chúng ta. Giải pháp này chấp nhận giả thuyết rằng nếp sống không thể bị đặt nghi vấn đến, nhưng tôi nghĩ, trái ngược lại, thật có giá trị để nhìn lại nó một lần nữa.

Sự ô nhiễm cũng là một vấn đề nghiêm trọng. Tổ chức một vài cuộc hội nghị về vấn đề này ở nơi đây và ở nơi đó tôi nghĩ rất tốt, nhưng sự thực hành thực tế, hiệu nghiệm là cần thiết. Một lần nữa, tôi nghĩ vấn đề này liên hệ đến nếp sống. Tại Hoa kỳ và cũng như ở đây tại London, chúng ta thấy thật nhiều xe trên đường, nhưng nhiều xe này chỉ chở một người, và tôi nghĩ nhiều gia đình có hai hoặc ba chiếc. Bây giờ chỉ nghĩ đến dân số Trung hoa, trên một tỷ người, và dân số Ấn độ khoảng 900 triệu. Theo kiểu sống này, sẽ có khoảng ba tỷ chiếc xe chỉ một mình trong các quốc gia ấy. Đó sẽ là một điều rất khó khăn.

Đây là những trở ngại. Lắm lúc tôi nghĩ không những chỉ một mình tôi nhưng cả triệu người cảm nghĩ nghiêm trọng về hoàn cảnh hiện tại, nhưng tiếng nói của họ không được người ta nghe rõ-ràng. Cho nên có lẽ tôi nói cho sự đại diện của ba triệu người đang còn giữ im lặng, hoặc tiếng nói của họ yếu. Bất hạnh thay, chúng ta thấy thực trạng của hoàn cảnh của chúng ta nhưng chúng ta có một khoảng trống giữa sự nhận thức của chúng ta và các thái độ của chúng ta. Tôi tin tưởng rằng thực trạng của chúng ta đã thay đổi, nhưng tư duy của chúng vẫn còn giữ nguyên, và rằng chính nó tạo ra nhiều trở ngại.

Một điểm khác là một số vấn đề chúng ta đương đầu, tại Kosovo hoặc Bắc Ái Nhĩ Lan và Indonesia, là những trở ngại không phải xảy ra trong đêm qua; chúng đã xảy ra hơn cả mấy chục năm, và trong vài trường hợp hơn cả mấy thế hệ.

Tôi nghĩ rằng trong những giai đoạn khởi đầu, khi có nhiều dịp may để thay đổi hoàn cảnh và làm nó êm dịu lại, người ta không mấy chú ý đến. Họ bỏ qua các trở ngại, nghĩ rằng có thể nó sẽ không có gì quá nghiêm trọng, hoặc những người trực tiếp liên quan tự trực tiếp giải quyết vấn đề. Rồi sau đó, khi sự việc trở nên nghiêm trọng, nó quá trễ. Một khi những cảm xúc nhân tính ra khỏi tầm kiểm soát, chúng rất, rất khó để điều hành. Trên thực tế, theo sự hiểu biết của Phật giáo, khi những nguyên nhân và những điều kiện tiến hóa một cách tự do trong một khoảnh thời gian dài chúng sẽ đi đến một điểm khi cái tiến trình không thể nào đảo ngược được.

Tôi cảm thấy một số nhiều vấn đề của chúng ta mở mang trong cách này. Trong những giai đoạn khởi sự có nhiều cơ hội để giảm thiểu vấn đề, hoặc loại bỏ nó, hoặc ngăn ngừa nó không trở nên trầm trọng; nhưng tại điểm đó chúng ta thờ-ơ để đặt vấn đề với nó. Tôi cũng cảm thấy điều này ở Tây Tạng. Trong các thập niên hai mươi, ba mươi, bốn mươi, tôi cảm thấy người dân Tây Tạng chính họ cũng rất thờ-ơ về tương lai của đất nước. Đó là cách nó xảy ra, và khi nó mở mang thành một sự khủng hoảng thật sự hoàn cảnh bùng nổ, và rồi nó trở nên quá trễ.

Việc dùng sức mạnh, lẽ dĩ nhiên, là phương sách cuối cùng. Một khía cạnh của sự bạo động là nó không thể tiên đoán được. Mặc dầu ý định bắt đầu dùng sức mạnh giới hạn, một khi quý vị đã cố tình gây bạo động những hậu quả không thể tiên đoán được. Các sự bạo động luôn luôn tạo ra những sự ứng đáp và sự phản-bạo-động không ngờ trước được, và nó hình như đây là những gì đang xảy ra tại Kosovo. Vì vậy bạo động là, nói một cách tổng quát, cái phương pháp sai, tôi nghĩ, đặc biệt trong thời đại tân tiến này.

Phán đoán từ những biến cố hiện tại đang xảy ra, có nhiều chỉ dâu cho thấy rằng có cái gì đó sai với những thái độ thông thường của chúng ta. Nếu chúng ta mở mang một thái độ đúng, tôi nghĩ rằng chúng ta có thể giảm thiểu một vài vấn đề này, và ngay cả những vấn đề khác có thể được loại bỏ. Nhiều vấn đề trở ngại của chúng ta đều nhân-tạo, chúng là của chính sự sáng tạo của chúng ta, cho nên nếu nhân tính dùng nhiều phương pháp thích hợp được nhìn xa với một cái nhìn đầy phóng-khoáng nhiều hơn, rồi tôi nghĩ hoàn cảnh có thể thay đổi một phần nào nhanh chóng.

Trên căn bản của kinh nghiệm vào thế kỷ này, và những gì mà chúng ta đã học hỏi từ nó, chúng ta nên tái-đánh-giá thái độ của chúng ta, phải cố gắng nhiều hơn để cải thiện sự vật, và rồi có lẽ vào thế kỷ tới sẽ là một thế kỷ nhiều hạnh phúc hơn, nhiều hòa bình hơn, và nhiều bằng hữu hơn. Đây là điều tôi tin chắc chắn. Ít nhất so sánh với phần sớm trước đây của thế kỷ này, tôi nghĩ ngày hôm nay, một cách tổng quát mà nói, đã có nhiều sự thay đổi dương tính về cái nhìn bên ngoài của chúng ta; có những dấu hiệu rằng chúng ta đang mở mang một phối cảnh rộng lớn hơn. Chúng ta có thể nói rằng nhân tính trở nên bắt đầu trưởng thành hơn. Vì vậy nếu chúng ta tạo những sự cố gắng không mệt-mỏi trong chiều hướng này, chính yếu là xuyên qua sự giáo dục, tôi nghĩ kỷ nguyên tới sẽ được nhiều hòa bình hơn. Tuy nhiên, để cho điều này có thể có được chúng ta phải chuẩn bị nhiều. Nếu chúng ta hoàn toàn chuẩn bị cho chính chúng ta, rồi tôi nghĩ thật là xứng đáng để mừng rỡ về tân kỷ nguyên, nhưng trừ phi có vài sự thay đổi bên trong chính chúng ta, mọi kỳ vọng rằng năm mới chính nó sẽ mang lại một sự thay đổi lớn chỉ là không thực tế.

Tương lai của nhân tính tùy thuộc vào thế hệ hiện tại, cho nên mỗi chúng ta có trách nhiệm để tư duy về tương lai. Trong ý niệm đó, tôi luôn luôn cố gắng để chia sẻ điểm sau đây với khán giả của tôi: rằng tương lai của nhân tính rất tùy thuộc phần lớn vào tư duy và cách cư xử của chúng ta.

Trước đây, tôi đã đề cập đến sự quan trọng của giáo dục. Nền giáo dục tân tiến rất tốt, nhưng hình như nó đặt căn bản vào sự chấp nhận phổ quát của sự quan trọng về việc mở mang bộ não, đó là về giáo dục tinh thần. Sự thiếu lưu tâm trong việc mở mang một con người như là một tổng thể, trong ý nghĩa để trở thành một con người tốt hoặc mở mang một trái tim ấm cúng. Tôi nghĩ rằng một viện giáo dục tư được thiết lập tại Âu châu vào khoảng một ngàn năm trước đây, và vào thời đó chính nhà thờ và gia đình đảm nhận việc giáo dục luân lý và việc nuôi dưỡng sự ấm cúng tình người. Trong phương cách đó, sự giáo dục khá quân bình. Nhưng theo thời gian tiến lên, ảnh hưởng của nhà thờ suy giảm, và đời sống gia đình trở nên không bền vững hoặc trở ngại, đến nỗi trong thời gian gần đây khía cạnh quan trọng này về việc nuôi dưỡng trẻ con đã bị bỏ quên. Nó hình như là không có viện giáo dục đặc biệt nào có trách nhiệm đặc biệt để đảm trách trái tim.

Tôi nghĩ nó khá rõ ràng rằng sự giáo dục hay kiến thức giống như là một khí cụ, và liệu khí cụ đó được đặt vào sự sử dụng trong một cách xây dựng hoặc hủy hoại tùy thuộc vào nguyên động lực của mỗi con người. Một hệ thống giáo dục triển khai những bộ óc khôn khéo một mình chính nó có thể đôi lúc gây ra nhiều trở ngại, và từ quan điểm của một cá nhân, có quá nhiều tư tưởng khéo-léo và quá nhiều tưởng tượng có thể ngay cả dẫn đến sự đổ vỡ thần kinh.

Nếu một đứa bé với một sự giáo dục tinh thần tốt xảy ra do việc có đôi cha mẹ với con tim ấm cúng, và một ý nghĩa về trách nhiệm về cả hai săn sóc và kỷ luật, thì những điều này có thể đi với nhau và rất là xây dựng. Niềm hy vọng của tôi rằng trong tương lai, hệ thống giáo dục sẽ chú ý nhiều đến việc mở mang hơi ấm tình người và tình yêu thương. Tôi nghĩ điều đó là cần thiết. Ngay từ lớp mẫu giáo đến đại học, tôi nghĩ thật là quan trọng để đặt vấn đề với những câu hỏi đạo đức có liên hệ đến cả tổng thể một đời sống của một cá nhân, bao gồm vai trò xã hội của người ấy và trong gia đình. Không có điều đó, quý vị không thể nào là một người hạnh phúc, quý vị không thể có một gia đình hạnh phúc, và như vậy quý vị không thể có một xã hội hạnh phúc. Các bậc cha mẹ, cũng thế, có một trách nhiệm đặc biệt trong lãnh vực này. Và tôi hy vọng trong tương lai sẽ có ít ly dị hơn, đặc biệt giữa những cặp vợ chồng có con cái. Đối với con cái tôi nghĩ thật là quan trọng cho các bậc cha mẹ có một cuộc hôn nhân lâu dài hạnh phúc; cách đó, xuyên qua sự tập luyện và việc làm gương mẫu của họ, họ sẽ giới thiệu con cái của họ vào trong những lợi ích của sự yêu thương, lòng nhân đạo, và một trái tim ấm cúng.

Tôi muốn được thêm rằng tôi nghĩ thật là hữu ích để giới thiệu con cái vào ý tưởng rằng khi nào chúng đương đầu với một hoàn cảnh đụng chạm, phương cách tốt nhất và thực tế nhất để giải quyết nó là qua đối thoại, không phải bạo động. Bạo động có nghĩa một bên có chiến thắng và một bên có thất bại, nhưng đó không phải thực tế trong thế giới ngày nay, như tôi đã đề cập đến trước đây. Nếu quyền lợi là sự cắt-đứt-rõ-ràng, và quyền lợi của tôi độc lập với của quý vị, thì thất bại và thành công sẽ khả thi; nhưng ngày nay, quyền lợi của mỗi người quá bện vào nhau đến nỗi điều này không thể nào được. Bởi vì thì chỉ có giải pháp là sự tương nhượng 50-50, nếu có thể, hoặc có lẽ 60- 40! Bởi vì không có sự khả thi của một bên có một cuộc chiến cắt-đứt-rõ-ràng, sự đối thoại là thiết yếu. Để giải quyết một vấn đề quý vị phải đánh giá điều gì nguy hiểm cho đối phương, giải quyết các quyền lợi của họ càng nhiều càng tốt, và trong ánh sáng đó cố gắng để tìm một giải pháp. Tôi nghĩ thật là tốt để giới thiệu ý tưởng về đối thoại vào trong các trường học từ lúc trẻ tuổi, và huấn luyện học sinh để đối thoại nhiều quan điểm khác nhau. Trong cách thức này chúng sẽ thực tập đối thoại, và ý niệm về đối thoại sẽ dần

dần tiêm nhiễm vào trong chúng nó. Đối thoại là phương pháp thích hợp, là phương pháp hiệu nghiệm, là phương pháp thực tiễn.

Sẽ luôn luôn có những sự đụng chạm và những bất đồng ý trong xã hội con người. Ngay cả trong chính chúng ta, chúng ta nhận thấy rằng chúng ta hoàn toàn được chinh phục về một ý kiến vào trong buổi sáng sớm, nhưng khi chiều đến chúng ta có một ý kiến khác, và có thể có một sự va chạm nội tâm giữa hai. Đôi lúc điều này có thể cực kỳ khó khăn ; sự va chạm nội tâm căng thẳng có thể đôi lúc dẫn đến sự tự tử. Vì vậy khi nào quý vị có hai ý kiến chống đối nhau, cách khôn ngoan là nghĩ đến cả hai chiều của cuộc bàn cãi và rồi tìm một sự tổng hợp vượt qua những sự mâu thuẫn và sự đối nghịch. Tôi nghĩ có những lực mâu thuẫn lẫn nhau trong mỗi bên, nhưng nếu chúng ta có thể mang chúng lại với nhau và tìm một sự quân bình, thì chúng ta đã làm một sự tiến bộ. Hơn thế nữa, nếu chúng ta có thể lượng giá các quan điểm mâu thuẫn một cách khôn ngoan và vượt qua sự mâu thuẫn, thì ý kiến mới sẽ đến, cho nên trong ý nghĩa này sự mâu thuẫn chính nó không hẳn xấu. Trên thực tế, nó có thể là nền tảng cho sự mở mang trong tương lai. Chỉ khi nào nếu nó tuột ra ngoài sự kiểm soát và được diễn tả một cách bạo động, nó sẽ trở nên nguy hại.

Một khi học sinh đã mở mang một thói quen tốt, thì ngay khi có cuộc va chạm, học sinh ấy sẽ tức khắc phản ứng bằng phương cách đối thoại thay vì bạo động hoặc đánh nhau. Tôi nói với một vài khán giả rằng những học sinh với lối huấn luyện ấy, một điều khả dĩ là khi học sinh ấy trở về từ trường và thấy cha mẹ của họ cãi vã lẫn nhau, học sinh ấy có thể điều khiển để khuyên giải họ như vậy là sai quấy. Tôi nghĩ rằng qua một sự huấn luyện như vậy, một ngày nào đó chúng ta tất cả sẽ thấy rõ ràng rằng nhân loại là những con vật có tính xã hội, và những quyền lợi cá nhân của chúng ta nằm trong xã hội; bởi vì vậy mỗi cá nhân chúng ta nên là một người có con-tim-ấm-cúng, một người nhạy cảm, và một công dân tốt. Điều đó sẽ mang lại hòa bình cho tinh thần ở cấp bộ cá nhân, ở cấp bộ gia đình, và ở cấp bộ cộng đồng. Bất cứ khi nào những sự khác biệt nổi lên, chúng ta sẽ thảo luận cùng nhau với họ và chia sẻ nỗi lo âu với nhau trong một cách hòa bình và thân hữu.

Việc mở mang một loại thái độ như vậy liên quan đến những giá trị nhân bản, đó là một ý nghĩa của sự săn sóc, một ý nghĩa của sự trách nhiệm, và một ý nghĩa của sự tha thứ. Chúng ta có thể gọi chúng là những giá trị tinh thần căn bản. Dù chúng ta có tin tưởng vào một tôn giáo hay không là một vấn đề của sự lựa chọn cá nhân, cho đến khi nào chúng ta là con người, và cho đến khi nào chúng ta là một phần của xã hội con người, không có những phẩm chất tốt của con người chúng ta không thể hạnh phúc. Mục đích đích thực của đời sống là tìm hạnh phúc, vì vậy không có điểm gì trong việc lơ là những điều chính đáng trực tiếp liên hệ trong việc làm cho chúng ta hạnh phúc.

Tôi nghĩ chúng ta cần làm một sự cố gắng nữa để nâng cao những giá trị căn bản của con người. Có lý do tốt để mở mang những phẩm chất này, bởi vì một cách căn bản tôi tin rằng thiên tính của con người là thanh lịch. Có nhiều ý kiến khác nhau về vấn đề này, lẽ dĩ nhiên; một *số* người cho rằng bản chất thiên nhiên của con người là hay-công-kích. Nhưng phán đoán từ cuộc đời của chúng ta như là một tổng thể, từ lúc khởi đầu của chúng ta cho đến khi chết, tôi nghĩ sự côngkích chỉ thỉnh thoảng. Mặt khác, tôi nghĩ toàn thể cuộc đời của chúng ta liên hệ đến tình yêu và sự cảm mến.

Thí dụ, sự cấu thành cơ thể của chúng ta theo một cách ngay cả các tế bào của cơ thể chúng ta làm việc tốt hơn nếu chúng ta có hòa bình trong tinh thần, trong khi đó một tinh thần bị làm ngứa ngáy thường mang lại sự bất quân bình thể chất. Nếu sự hòa bình của tinh thần là quan trọng để có sức khỏe tốt, điều đó có nghĩa rằng cơ thể chính nó được cấu trúc theo một cách thức hòa hợp với sự hòa bình tinh thần. Bởi vì vậy chúng ta có thể nói rằng thiên tính nhân bản nghiêng về tính thanh lịch và sự cảm mến nhiều hơn. Ngay cả việc sự cấu trúc của cơ thể chúng ta hình như được sáng tạo không phải để chiến đấu nhưng để ôm-ấp. Hãy nhìn vào hai bàn tay của chúng ta: nếu chúng được sinh ra để đâm, tôi nghĩ chúng sẽ cứng như một cái móng ngựa. Một cách quan trọng hơn, theo ngành y khoa, vài tuần ngay sau khi được sinh ra rất tối trọng cho việc mở mang của chúng ta, bởi vì cái não lớn rất nhanh kinh khủng, và trong suốt thời gian ấy sự tiếp xúc vật chất -với mẹ của đứa bé hoặc một người nào khác—là một trong những yếu tố quan trọng nhất cho việc mở mang có sức khỏe của bộ não. Điều này chỉ cho thấy rằng ngay cả một cách thể chất chúng ta thạnh đạt trên sự cảm mến của người mẹ. Tất cả những sự đáp ứng này chỉ cho thấy chúng ta cần sự cảm mến của con người.

Trên cấp bộ tinh thần, cũng vậy, chúng ta thấy rằng chúng ta càng từ bi, chúng ta càng có hòa bình tinh thần. Giờ khắc chúng ta tưởng nghĩ đến tha nhân tinh thần chúng ta trở nên rộng hơn và cởi mở hơn, và rồi những trở ngại cá nhân của chúng ta trở thành không nghĩa. Trái lại, nếu quý vị chỉ nghĩ về "tôi, tôi, tôi", toàn thể sự chú tâm tinh thần của quý vị trở nên rất hẹp-hòi và đóng kín, và ngay cả chỉ một việc rất nhỏ-bé có vẻ như khổng lồ. Khi quý vị nghĩ đến sự an lạc của tha nhân và chia sẻ sự khổ đau của họ, tại giây phút ấy quý vị có thể cảm thấy không hạnh phúc hoặc bị phiền-hà, nhưng quý vị nhận điều này trên sự tự nguyện. Sâu tận bên trong quý vị có can đảm, tự tín, và sức mạnh nội tâm khi quý vị nghĩ đến

Dalai Lama - 165

sự khổ đau của tha nhân. Trái ngược lại, khi quý vị bị khổ đau do các vấn đề trở ngại đến một cách không tình nguyện, kinh nghiệm của sự khổ đau làm tràn ngập quý vị. Cho nên có một sự khác nhau giữa hai kinh nghiệm.

Theo kinh nghiệm nhỏ của tôi, càng nhiều thiền về lòng từ bi và nghĩ đến con số vô tận của các sinh linh đang khổ đau, càng nhiều tôi có một cảm nghĩ bao la của sức mạnh nội tâm. Rồi những trở ngại mà tôi có thể có, ở đây và ở đó, chúng không quan trọng gì nhiều. Càng nhiều chúng ta có sức mạnh nội tâm và sự tự-tín, càng nhiều nó giảm sự sợ-hãi và sự nghi ngờ, và điều này tư động làm cho chúng ta cởi mở hơn. Rồi chúng ta có thể truyền thông với các anh chị em nhân loại khắp mọi nơi được dễ- dàng hơn, bởi vì khi quý vị cởi mở, tha nhân sẽ đáp lại một cách tương tự. Mặt khác, khi chúng ta có sự sợ hãi, thù ghét hoặc nghi ngờ, cánh cửa đi vào con tim chúng ta bị đóng lại; rồi chúng ta liên hệ với mọi người với tính nghi ngờ. Tôi nghĩ điều tệ hại nhất là phải kinh nghiệm sự nghi ngờ và thắc-mắc; quý vị có sự cảm-nhận rằng những người khác cũng có sự nghi ngờ và thắc-mắc tương tự về quý vị, và như là một kết quả quý vị sẽ trở nên càng xa càng xa cách hơn. Điều này chấm dứt bằng sự cô đơn và thất vọng.

Đây là tại sao tôi nghĩ lòng từ bi và sự săn sóc tha nhân là thật sự những việc làm tuyệt vời. Cái trở ngại là thường thường người ta nghĩ rằng ý thức về lòng từ bi, sự yêu thương, và sự tha thứ là những điều thuộc về tôn giáo, cho nên đối với những người không muốn có sự liên hệ với tôn giáo có khuynh hướng bỏ qua những giá trị này. Tôi nghĩ điều này sai. Chúng ta tất cả phải chú ý đến những giá trị này nhiều hơn. Đó là một phương thức để chuẩn bị cho kỷ nguyên tới.

Điểm chính thứ hai của tôi là sự quan trọng thiết yếu của sự hòa hợp và sự hiểu biết liên tôn giáo. Niềm tin tôn giáo là độc nhất của nhân loại, vì trong thế giới loài vật không có cái gì là niềm tin như vậy. Niềm tin có thể hữu ích nếu quý vị sử dụng nó một cách thích hợp, nhưng nếu quý vị không sử dụng nó một cách thích hợp nó có thể mang lại tai họa. Lý do cho điều này là niềm tin tôn giáo liên quan đến những cảm xúc nhân tính, và lắm lúc những cảm xúc của chúng ta có thể sai; rồi sẽ không có chỗ cho luận lý và chúng ta trở nên cực đoan hoặc những người theo chủ nghĩa nguyên-tắc. Đây là lý do tại sao chúng ta cần phải đẩy tới nhiều cố gắng vào trong việc bảo đảm rằng tất cả các tôn giáo chính chuyên chở tiềm năng con người để làm thăng tiến nhân loại -- để phục vụ con người, và để bảo vệ trái đất — trong khi, hiện tại, chúng ta cố gắng giảm thiểu sự va chạm được đặt nặng trên danh nghĩa tôn giáo. Trong vài năm rồi tôi đã thi hành nhiều phương pháp để thực hiện được điều này, và một số các anh chị em của tôi từ các nguồn tín ngưỡng khác cũng đang tham gia với tôi trong vấn đề này.

Phương pháp thứ nhất là tổ chức những cuộc gặp gỡ giữa các học giả của nhiều truyền thống khác nhau, để thảo luận những sự dị biệt và những sự tương đồng một cách tiên khởi tại cấp bộ giáo dục.

Phương pháp thứ hai là tổ chức những cuộc gặp gỡ của những người tu hành nghiêm túc thuộc các tôn giáo khác nhau, ở đó họ có thể trao đổi các nội kinh nghiệm. Đây là thật rất, rất có sức mạnh và tuyệt đối hữu ích trong việc hiểu biết giá trị của các truyền thống khác hơn là của chính mình. Trong trường hợp của chính tôi, tôi đã gặp cựu Thomas Merton và nhiều người tu hành nghiêm túc khác, và việc gặp gỡ những người này thật sự mở rộng đôi mắt tôi về giá trị của các truyền thông khác. Phương pháp này rất hữu ích để mở mang sự hiểu biết hỗ tương và sự kính trọng hỗ tương.

Phương pháp thứ ba là hành-hương-đa-tôn-giáo. Một nhóm gồm nhiều người từ các truyền thống tôn giáo khác nhau cùng nhau viếng thăm các thánh địa của các truyền thống khác nhau. Nếu có thể, họ cùng nhau nguyện cầu, và nếu không họ chỉ ngồi im lặng thiền. Những cuộc hành hương như thế này có giá trị bao la và kinh nghiệm thâm sâu. Vào một trường hợp nọ tôi viếng Lourdes, miền Nam nước Pháp, không phải tư cách của một người khách du lịch nhưng là một người hành hương. Tôi uống nước thánh và đứng trước bức tượng Mary, và tôi nghĩ đến tôi rằng ở đây, tại nơi này, hàng triệu người đang đi tìm sự ban phước lành hoặc sự tĩnh-mịch tìm thấy sự thỏa mãn ở địa điểm này. Trong khi tôi nhìn bức tượng Mary, một cảm giác sâu đậm chứa chất đầy sự khâm phục và biết ơn về Thiên Chúa giáo nổi dậy trong người tôi, chỉ vì nó đã mang lại biết bao lợi ích cho hằng triệu người. Giá trị thực tế về sự giúp đỡ và sự lợi ích nó mang lại thì thật rõ-ràng.

Cho nên tôi nhận thấy nó thật là hữu ích để kinh nghiệm một cảm giác thâm sâu về những tôn giáo khác trong bầu không khí của những nơi thánh thượng. Một số các tín đồ Thiên Chúa giáo đã hưởng ứng lời đề nghị này, và năm ngoái một số các anh chị em Thiên Chúa giáo của tôi đã đến và ở lại mấy ngày tại Bodh Gaya. Chúng tôi đã có một cuộc hội thoại giữa Phật giáo và Thiên Chúa giáo, và mỗi buổi sáng dưới cây Bodhi chúng tôi tất cả ngồi cùng với nhau và thiền. Tôi nghĩ điều đó mang đầy ý nghĩa lịch sử. Kể từ ngày Phật Thích Ca ra đời vào 2,500 năm trước, và Chúa-Giê-Su ra đời vào gần 2,000 năm, tôi nghĩ rằng đó là lần đầu tiên một cuộc gặp gỡ như vậy được xảy ra.

Phương pháp thứ tư là tổ chức họp lại với nhau như tại Assisi, Italy, vào giữa thập niên tám mươi. Các nhà lãnh đạo tôn giáo từ năm bảy tín ngưỡng đến với nhau, đọc những lời cầu nguyện cùng một khuôn mẫu, và trao đổi đôi lời về một luận đề đặc biệt nào đó (tại Assisi, luận đề là vấn đề dung môi). Loại biến cố này có thể rất là trọng yếu cho hàng triệu tín đồ của mỗi tôn giáo, khi họ thấy các vị lãnh đạo của họ tham sự vào phần trao đổi thân hữu như vậy và đưa ra cùng một tín hiệu về hòa bình với các tín ngưỡng khác. Cho nên đây là bốn phương pháp tôi đề nghị để chúng ta theo hầu nuôi dưỡng sự hòa hợp tôn giáo.

Có một điểm khác tôi muốn chia sẻ cùng với quý vị tối nay. Chúng ta đã nói về việc khuyến khích một ý nghĩa về sự săn sóc tha nhân, chia sẻ các vấn đề trở ngại của họ, và cố gắng để giảm sự thù ghét. Chúng ta không nên để dành một chỗ nào cho sự thù ghét, hoặc một cách cá nhân, trong gia đình, trong xã hội, hoặc ngay cả nhân tính như là một tổng thể, bởi vì sự thù ghét là kẻ hủy diệt thật sự của sự hòa bình và hạnh phúc của chúng ta. Điều chúng ta cần là một cái gì đó như là một sự tài giảm binh bị nội tâm. Với sự tài giảm binh bị nội tâm, và một sự ý thức về hiệu quả của chiến tranh, thì ý niệm về hoạt động quân sự và sự hủy diệt trở nên lỗi thời.

Trên nền tảng này, chúng ta phải suy nghĩ một cách nghiêm trọng về việc làm sao để giảm vũ khí. Trước hết chúng ta phải đặt vấn đề vũ khí nguyên tử, và may mắn thay đã có những chương trình để tháo gỡ đầu đạn nguyên tử, và đó là một sự khởi đầu tuyệt vời. Những chương trình như vậy không nên chỉ giới hạn trong con số của đầu đạn, nhưng tôi nghĩ thật quan trọng rằng chúng cũng đặt vấn đề hủy hoại toàn diện vũ khí nguyên tử, cho nên vẫn còn cần nhiều sự cố gắng nữa. Rồi từng bước một, tôi nghĩ thế giới cuối cùng sẽ được tự do khỏi các sự thiết lập quân sự, và chúng phải có một thế giới tài giảm quân sự. Tôi nghĩ điều đó sẽ là mục tiêu dài hạn của chúng ta. Tôi không muốn nói rằng chúng ta giải giới qua đêm; trong vài trường hợp tôi nghĩ nó có thể mất cả nhiều thế hệ; nhưng tôi nghĩ nó xứng đáng để có bản-in-xanh trong tinh thần.

Lẽ dĩ nhiên, sẽ luôn luôn có những con người có ác tâm chung quanh chúng ta, như vậy để chống lại họ phải có một lực lượng quốc tế. Chúng ta đã có một vài loại của lực lượng giữ hòa bình quốc tế dưới sự điều động của Liên Hiệp Quốc. Trước nhất, chúng ta nên thiết lập một lực lượng quân sự giới hạn trên nền tảng vùng, bao gồm một số những lực lượng nhỏ có phẩm chất tốt, lưu động hữu hiệu, và lực lượng này phải được kiểm soát bởi các quốc gia hội viên. Nếu có sự tranh luận, lực lượng này có thể hành động như là một phương tiện phản kháng. Tuy nhiên, không một quốc gia nào có một lực lượng quân sự độc lập của chính riêng họ. Một cái gương của điều này là Costa Rico, hơn 50 năm hưởng thụ tình trạng tài giảm binh bị.

Trong phương pháp này, tôi nghĩ tài giảm binh bị nội tâm và tài giảm binh bị ngoại lai cùng đi đôi với nhau.

Tôi nghĩ điều lợi ích thứ nhất sẽ được mang đến là nó sẽ tiết kiệm được một số nhiều tiền bạc. Mỗi trái bom và mỗi hỏa tiễn tìm mục tiêu tốn kém kinh khủng, cho nên nếu cuộc va chạm kéo dài cả tuần lễ hoặc cả tháng, một số rất nhiều tiền bị liên hệ. Thay vì phung phí tiền của chúng ta và dùng nó vào nhưng mục đích phá hủy, tôi nghĩ chúng ta nên dùng nó một cách nhiều xây dựng hơn. Hãy tưởng tượng nếu số tiền này được dùng để xây dựng nhà thương và trường học tại các nước nghèo, lợi ích biết chừng nào.

Không những chúng ta có thể tiết kiệm được một số tiền lớn, chúng ta cũng có thể ngăn ngừa được một mức độ ô nhiễm. Đôi lúc tôi nói một cách đùa giỡn rằng các cơ xưởng kia thay vì kiến tạo xe tăng có thể rất dễ-dàng biến chế xe ủi đất; và rồi các khoa học gia làm việc trong lãnh vực quân sự, và họ cho đến bây giờ đã tập trung kiến thức của họ và những bộ óc huy hoàng của họ trong việc mở mang nhiều phương cách hủy diệt khác nhau, có thể chuyển sang những lãnh vực xây dựng nhiều hơn. Khi họ làm như vậy, thật xứng đáng để trả tiền gấp đôi cho họ!

Chúng ta phải nghĩ song song đến những con đường này nếu chúng ta có ý thức gì đến lợi ích và hạnh phúc của nhân loại trong tương lai. Cho nên tôi nghĩ có ít thú vị về tân kỷ nguyên và nghĩ nhiều về chính mình nhiều hơn, dành nhiều sự chú ý đến việc chuẩn bị cho chúng ta về điều ấy. Vào tuổi của tôi, tôi nghĩ tôi thuộc thế kỷ này, và cuối cùng tôi sẽ sẵn sàng để chào từ biệt, cho nên thế hệ trẻ sẽ thật sự sẵn sàng đóng vai trò chính trong thế kỷ tới. Vì vậy tất cả thế hệ trẻ của quý vị phải phản ảnh rất cẩn thận, không có cảm xúc và không bị ràng buộc, từ một phối cảnh rộng lớn và với một cái nhìn xa. Điều này rất, rất quan trọng.

Đến đây là phần chấm dứt cuộc nói chuyện của tôi. Nếu quý vị cảm thấy có điểm nào đáng được tra vấn thêm, xin hãy làm như vậy. Trái lại, nếu quý vị cảm thấy những điểm tôi nói không thích hợp, hoặc chỉ vô nghĩa, thì hãy bỏ qua chúng đi và hãy để chúng lại đằng sau trong đại sảnh này! Cám ơn quý vị rất nhiều.

CÂU HỎI

* Câu hỏi: Kính thưa Ngài, tôi tranh đấu với những ý tưởng của tôi về cuộc chiến tại Kosovo. Một mặt tôi không muốn ủng hộ mọi sự chém giết lẫn nhau, nhưng tôi nghĩ thế giới Tây phương không nên bỏ lờ cuộc diện này. Tôi cũng nghĩ đến cùng hoàn cảnh tại Tây Tạng, Burma, Rwanda, và v.v.... Có phải chúng ta không chịu trách nhiệm về hành vi của chính quyền chúng ta? Chúng ta phải hành động như thế nào bây giờ để giảm sự khổ đau tại Serbs và Kosovo Albanians?

NDL: Trên nhiều tuần mới đây nhiều người đã hỏi tôi câu hỏi này, đặc biệt là những người thuộc các vùng ấy rất nhiệt tình tìm sự cố vấn của tôi. Nhưng tôi không phải là người có tài năng. Kiến thức của tôi chỉ căn cứ vào tin tức báo chí, và v.v.... Sự thật rằng các tổ chức Tây phương như NATO đang có chỉ dấu cho thấy lo âu về sự vi phạm nhân quyền tại Kosovo và sự khổ đau của dân Kosovo thì lẽ dĩ nhiên rất tốt; cũng thế về toan tính chận đứng việc tiêu diệt dân thiểu số, đó là cả một chính sách kinh hoàng. Vài thế hệ lớn tuổi hơn vẫn còn nhớ chiến dịch diệt chủng do Đức quốc xã chủ trương vào Đệ Nhị Thế Chiến. Cho nên sự đáp ứng của các quốc gia này tôi nghĩ rất là khích lệ và rất tốt, nhưng phương cách họ đang dùng là vũ lực. Một cách căn bản, tôi luôn luôn chống lại vũ lực, như lý do tôi đã đưa ra.

Có giải pháp nào khác? Có giải pháp nào khác để những sự khổ đau của con người dưới những trường hợp hiện tại? Tôi không biết. Nó rất khó. Theo ý kiến của tôi, như tôi đã đề cập trước đây, bây giờ đã quá trễ; tôi nghĩ chúng ta đã để mất cơ hội của chúng ta trước đây. Nhưng trên nền tảng kinh nghiệm của chúng ta về Kosovo, chúng ta bây giờ nên chú ý vào những vùng khác của trái địa cầu ở đó có cơ hội khủng hoảng trong tương lai, và chúng ta nên có những phương pháp đề phòng.

* Câu hỏi: Kính thưa Ngài, càng ngày có nhiều áp lực đặt trên những người trẻ để cạnh tranh giáo dục tại Tây phương bởi vì thiếu công ăn việc làm và thiếu sự quân bình về tinh thần. Làm thế nào để điều nầy thay đổi? Ngài có nghĩ rằng chúng ta đã đi quá xa và khó để đảo ngược tiến trình?

NDL: Tôi không nghĩ là sự việc quá trễ, như tôi đã nói trước đây. Nếu, trên phương diện xã hội, chúng ta cố gắng thay đổi những cách thức căn bản về suy tư và đương đầu với vấn đề, và nếu xã hội như là một tổng thể thay đổi, vẫn còn có tiềm năng. Không cần biết khó khăn bao nhiêu, chúng ta không nên để mất hy vọng và sự tự tín. Nó rất, rất là quan trọng để giữ lạc quan. Nếu, ngay từ khởi thủy, quí vị cảm thấy quí vị không thể làm bất cứ một điều gì bởi vì có nhiều sự khó khăn, như vậy là kẻ-tự-đánh-bại-mình, thái độ bi quan trở thành nguồn gốc của sự thất bại. Chẳng có gì là quan trọng nếu quí vị đạt mục tiêu trong một giai đoạn ngắn, hoặc ngay cả suốt cả một cuộc đời nầy: nếu điều gì thật sự đáng giá, quí vị nên cố gắng. Rồi, ít nhất quí vị không có gì để hối tiếc. Nếu chúng ta thối chí bởi vì sự việc khó khăn, cuối cùng chúng ta luôn luôn ân hận.

* Câu hỏi: Ngài có ủng hộ ý tưởng một tín ngưỡng phổ quát, một tôn giáo phổ quát?

NDL: Điều gì quí vị muốn ám chỉ như vậy? Có phải rằng tất cả các tôn giáo nên thống nhất lại? Lắm lúc tôi gọi lòng từ bi là tôn giáo phổ quát. Nhưng nếu quí vị muốn nói trong nghĩa rằng chúng ta nên tạo ra một tôn giáo phổ quát với vài ý tưởng từ một tôn giáo nầy và vài ý tưởng từ một tôn giáo khác, tôi nghĩ đó là điên rồ. Nó tốt nhiều hơn để giữ những truyền thống tôn giáo đặc-thù khác nhau để mỗi tôn giáo giữ được tính độc nhất. Rồi nhiều triết gia khác nhau và nhiều truyền thống khác nhau sẽ làm thỏa mãn nhiều người khác nhau. Tôi nghĩ lý do chính tại sao nhiều tôn giáo trên thế giới khác nhau hiện lên ngay buổi ban đầu vì con người là khác nhau, và có nhiều tính khí khác nhau. Một tôn giáo đơn độc không bao giờ thỏa mãn mọi người, cho nên nó thật tốt hơn để có một số nhiều các truyền thống.

Cùng một lúc, như tôi đã đề cập, có nhiều sự dị biệt căn bản giữa các tôn giáo. Mới đây tại Argentina, tôi tham dự một cuộc hội thoại đại học về tôn giáo và khoa học với một vị giám mục, một khoa học gia và một bác sĩ y khoa. Khi đến phiên tôi, tôi chỉ đề cập một cách tự nhiên rằng trong Phật giáo không có ý niệm về "Đấng Sáng Tạo" cho nên luật về tính ngẫu nhiên được cho là vô ý nghĩa. Kế theo sau đó, vị giám mục tỏ ra ngạc nhiên, bởi vì ông nghĩ rằng Phật giáo nhận Chúa Trời như là một vị Sáng Tạo. "Ồ," ông nói, "như vậy không có nền tảng cho cuộc hội thoại giữa Thiên Chúa giáo và Phật giáo." Ông ấy nói một cách rất là khoái hoạt.

Vì vậy tôi nói với ông ấy rằng vâng, có những sự khác biệt căn bản, thế nhưng có những sự tu tập chung, và một tín hiệu chung như tín hiệu của lòng từ bi, tình yêu thương, sự tha thứ, và sự toại nguyện. Đối với một vài người ý niệm về Đấng Sáng Tạo có rất nhiều sức mạnh, bởi vì Đấng Sáng Tạo nầy có đầy cả lòng từ bi và tính thương người, và chính cuộc đời nầy mà chúng ta có được sáng tạo do bởi Người. Ý tưởng nầy mang lại một cảm giác thân mật với Đức Chúa Trời, cho nên chúng ta cảm thấy rằng để làm vun đầy ước nguyện của Chúa, chính chúng ta phải có lòng từ bi. Mọi tín đồ Thiên Chúa chân chính nên biết tình yêu và lòng từ bi chân chính hướng về các bằng hữu đồng loại. Đó là ý nghĩa thật sự của tình thương của Chúa. Nếu một người nào không bận lòng để tu luyện tình thương và lòng từ bi đến với các bằng hữu của họ, nhưng cùng một lúc lại nói, "Chúa là vĩ đại", tôi nghĩ đó là ngụy biện. Để trở thành một tín đồ Thiên Chúa giáo tốt, quý vị nên tu hành lòng từ bi, sự yêu thương và sự tha thứ và, như Thánh kinh đã nói, nếu người đánh người, người nên dâng cái má kia cho họ, Điều này chúng tôi gọi là sự tu luyện lồng khoan dung trong Phật giáo. Cho nên có rất nhiều sự giống nhau giữa Thiên Chúa giáo và Phật giáo.

Khi chúng ta nhìn vào mục đích của các truyền thống khác nhau, thì chúng ta thấy nó đều giống nhau, và được đặt trên cùng một nền tảng. Ý tưởng của Phật giáo và Jain rằng không có Đấng Sáng Tạo, và mọi sự vật lệ thuộc vào trách nhiệm của một người, chỉ là một cách thức hữu hiệu hơn đối với một số người nào đó. Cho nên chúng ta có thể nói rằng mỗi tôn giáo có một phương cách độc đáo để sản xuất con người tốt.

* Câu hỏi: Kính thưa Ngài, lắm lúc hình như những sự lựa chọn mà chúng ta làm được quyết định bởi nhiều nguyên nhân và nhiều điều kiện. Bao xa chúng ta thật sự có tự do để lựa chọn?

NDL: Khi chúng ta nói về luật của nguyên nhân và hiệu quả, chúng ta đang nói về một nguyên tắc phổ thông áp dụng cho tất cả mọi sự vật và mọi biến cố. Mọi sự vật đến vào trong sự hiện hữu do kết quả của nhiều nguyên nhân và nhiều điều kiện. Trong khuôn khổ đặc biệt về kinh nghiệm của con người, chúng ta đang nói về một hoàn cảnh trong đó những hành động của một cá nhân là phần của một tiến trình ngẫu nhiên. Sự kiện mà các cá nhân là những chủ nhân ông năng động tham dự vào tiến trình ngẫu nhiên ám chỉ rằng họ là những sinh linh có ý thức với vài sự lựa chọn về những hành động mà họ đã thực hiện. Cũng còn có một mức độ khác của sự lựa chọn, mặc dầu một người có thể đã tự nguyện vào một hành động đặc biệt mà nó đã tạo dụng con đường đi của các biến cố đang chuyển động, hành động ngẫu nhiên đó một mình không đủ cho việc tạo thành cây trái xảy ra. Nhiều trường hợp và nhiều điều kiện phụ thuộc khác là cần thiết để tác động cái nguyên nhân và mang lại sự sanh cây trái hoàn toàn. Trong sự tôn kính này, chúng ta có một số tự do trong việc kiểm soát hoặc ít nhất làm ảnh hưởng các trường hợp và các điều kiện này.

* Câu hỏi: Kính thưa Ngài, hình phạt tử hình luôn luôn là một vấn đề được tranh luận thông thường. Cảm nghĩ gì Ngài có về điều này?

NDL: Tôi chống lại hình phạt tử hình. Tôi nghĩ nó xấu, và nó làm cho tôi rất buồn.

Bất cứ khi nào tôi thấy hình ảnh của một người tù bị kết án bị xử tử, tôi cảm thấy rất bị rối trí và bất yên ổn trong lòng.

Quý vị thấy không, một cách căn bản tôi nghĩ mỗi người có nhiều cảm giác tổn thương; tiềm năng của lòng thù ghét hoặc sự tức giận mạnh mẽ là có sẵn trong tất cả chúng ta. Bởi vì nhiều cảnh ngộ, một điều gì đó đã xảy ra cho những người đáng thương hại này và họ đã hành động trên những cảm xúc ấy, nhưng tôi nghĩ họ cũng có tiềm năng để trở thành thiện trong chính họ. Vì lý do này, tốt nhất một cách về tinh thần không loại trừ bỏ những người phạm tội, nhưng đưa họ trở về trong xã hội và cho họ một cơ hội để cải thiện và thay đổi cho chính họ. Tôi nghe rằng tại nhà tù Tihar Jail, thuộc Ấn Độ, chính quyền đã giới thiệu lớp thiền cho tù nhân đã có một hiệu quả ghê lắm; nhiều người thật sự đã thay đổi. Tại Hoa Kỳ, cũng vậy, nhiều người thiện nguyện đang giúp đỡ các tù nhân một số huấn luyện tinh thần. Hội Ân Xá Quốc Tế đang mở chiến dịch để cấm toàn diện hình phạt tử hình, và tôi đã ký vào trong đó.

* Câu hỏi: Sự tức giận từ đâu đến?

NDL: [Cười] tôi nghĩ mỗi triết gia có một sự giải thích riêng. Từ quan điểm của Phật giáo, sự tức giận một cách căn bản đến từ sự sân si. Một cách trực tiếp hơn, tôi nghĩ sự tức giận đến từ sự vướng bận; càng nhiều sự vướng bận chúng ta có, càng nhiều cơ hội để chúng ta nổi tức giận.

Sự tức giận, chỉ giống như tất cả các cảm xúc âm tính khác, là phần của tinh thần chúng ta, nhưng mặt khác lòng từ bi, lòng-nhân-đạo-yêu-thương và lòng vị tha cũng đều là phần của tinh thần chúng ta. Như vậy có điều gì là quan trọng để phân tích tư tưởng chúng ta. Những tư tưởng nào hữu ích?

Những tư tưởng nào có hại? Sau khi chúng ta khảo sát chúng ta theo cách thức này, chúng ta khám phá rằng có một số tư tưởng trái nghịch lẫn nhau: thí dụ, sự tức giận và sự hận thù trái nghịch với, lòng-nhân-đạo-yêu-thương. Nhưng rồi chúng ta lại hỏi chính chúng ta điều lợi ích gì sự thù ghét mang lại, và điều gì là lợi ích của lòng-nhân-đạo-yêu-thương. Nếu quý vị cảm thấy lòng-nhân-đạo- yêu-thương là hữu ích, thì quý vị có thể cố gắng gia tăng nó như là một phương pháp để chống lại sự thù ghét và sự tức giận. Nếu con số của những tư tưởng này gia tăng, thì con số của những tư tưởng đối nghịch sẽ bị giảm. Đó là cách thức để huấn luyện tinh thần của quý vị.

Thiếu vắng sự huấn luyện như vậy, mọi người đều có tư tưởng âm tính và mọi người có tư tưởng dương tính, và cả hai đều có sức mạnh giống nhau. Một số điều kiện kích động lên những cảm xúc âm tính và những điều kiện kích động lên những cảm xúc dương tính. Tuy nhiên, bằng cách làm một sự cố gắng có ý thức chúng ta có thể thay đổi dạng thức chúng nó, và đây là ý nghĩa mà chúng ta muốn nói đến đó là sự chuyển hóa tinh thần. Nó là một cách thức để cải thiện chính chúng ta. Tôi nghĩ rằng không cần biết quý vị là người-có-tôn- giáo hay người-không-có-tôn-giáo, càng nhiều quý vị nuôi dưỡng một cảm giác về lòng-nhân-đạo-yêu-thương, càng hạnh phúc và càng êm dịu quý vị sẽ nhận được. Mạo diện căn bản bên ngoài của quý vị sẽ giữ nguyên yên tĩnh, và ngay cả nếu quý vị nghe một tin làm rối trí, nó sẽ không làm rối trí quý vị nhiều quá.

Cho nên đây là một phương cách rất hữu ích. Mặt khác, nếu quý vị bị phủ đầy bất hạnh phúc do bởi sự thù ghét hoặc những tư tưởng âm tính mà quý vị dung chứa chúng, rồi ngay cả khi tin tức tốt đến nó cũng có thể gây cho quý vị trở nên rối loạn nhiều hơn.

Bởi lý do chúng ta tát cả đi tìm một cuộc đời hạnh phúc, tôi nghĩ nó thật có giá trị để suy nghĩ về những câu hỏi này và hãy khảo sát những tư tưởng của chúng ta. Chúng ta lại nên cố gắng đặt những tư tưởng tốt của chúng ta vào các việc sử dụng tốt nhất nếu có thể, và cố gắng để giảm thiểu những tư tưởng âm tính của chúng ta. Trong cách thức này chúng ta sẽ huấn luyện tinh thần của chúng ta. Tôi nghĩ nó sẽ hữu ích cho mọi người để thực hiện một cuộc thí nghiệm như vậy. Không cần biết chúng ta giàu hay nghèo, chúng ta tất cả đều có cùng một loại trí óc, và chúng ta tất cả đều có cùng một phòng thí nghiệm để làm việc trong đầu óc và con tim chúng ta. Và sự thí nghiệm này không tốn kém bất cứ một cái gì; mọi sự việc đều ở đây, trong chính chúng ta. Ngay cả những người nghèo, ngay cả những hành khất cũng có thể làm được điều này. Trên thực tế, trong quá khứ, một số các vị sư nổi tiếng Tây Tạng đã sống như là những người hành khất, nhưng tinh thần và con tim họ chứa chất đầy cả sự giàu sang.

(2) Trường phái Sakya là một trong bốn trường phái chính của Phật giáo Tây Tạng.

(3) Tiếng Sanskrit kaya có nghĩa "cơ thể" trong nghĩa của một cơ thể hay là sự hiện thân của nhiều phẩm chất. Bốn kaya là: Svabhavikakaya, cái thân-thể-Phật Thích Ca về cái Thiên Nhiên ngộ đạo; Jnanakaya, cái thân-thể-Phật Thích Ca về trí khôn hoàn toàn; Sambhogakaya, cái thân-thể-Phật Thích Ca về nguồn năng lực hoàn toàn; và Nirmanakaya, cái thân-thể-Phật Thích Ca về sự chiếu ngời sáng hoàn toàn.

(4) *The Precious Garland and The Song of the Four Mindfulnesses,* Nagarjuna and the 7lh Dalai Lama, (translated by Jeffrey Hopkins), Wisdom of Tibet Series 2, George Allen & Unwin, London, 1975. Stanzas 483 and 484, page 90.

(5) Năm skandhas (xem Chương 1, ghi chú 1).

(6) *The Fundamental Wisdom of the Middle Way,* translated by Jay L. Garfield, Oxford University Press, 1995, p. 2.

(7) Bảy điểm của phương pháp này là: Nhận thức tất cả mọi sinh vật có tri giác như là người mẹ của chúng ta trong một đời đã qua; phản ảnh lòng nhân đạo lên tất cả mọi sinh linh; thiền định về sự cầu nguyện lòng nhân đạo của họ; thiền định về tình yêu thương; thiền định về lòng từ bi; sản xuất thái độ tuyệt hảo về trách nhiệm tổng quát; và việc mở mang thật sự về lòng từ bi bodhichitta.

SÁCH NÊN ĐỌC

The Dalai Lama, *Kindness, Clarity and Insight* (translated and edited by Jeffrey Hopkins), Snow Lion, New York, 1984.

The Dalai Lama, A Flash of Lightning in the Dark of Night: A Guide to the

Bodhisattvas's Way of Life (translated by the Padmakara Translation Group), Shambhala, USA, 1994.

The Dalai Lama, *The Power of Compassion* (translated by and edited by Geshe Thupten Jimpa), Thorsons, London, 1995.

The Dalai Lama, *Four Noble Truths* (Translated by Geshe Thupten Jimpa; edited by Dominique Side), Thorson, London, 1998.

The Dalai Lama, *Heart of Buddha's Path* (translated by Geshe Thupten Jimpa), Thorson, Lodon, 1999.

The Dalai Lama, Ancient Wisdom, Modern World - Ethics for the New Millenium, Little, Brown and Co., London, 1999.

TENZIN GYATSO, NGÀI DALAI LAMA THỨ MƯỜI BỐN, là vị lãnh đạo tinh thần Tây Tạng di cư. Sinh vào năm 1935 thuộc đông bắc Tây Tạng, Ngài Dalai Lama được nhận diện vào lúc vừa mới lên hai tuổi như là người được tái sinh từ Dalai Lama thứ mười ba. Ngài được chở đến Lhasa, thủ đô Tây Tạng, và được phong chức vào năm 1940. Mười năm sau, Ngài đảm trách toàn thể trách nhiệm chức vị Thủ Lãnh Chính Quyền Quốc Gia. Sau khi phong trào quốc gia Tây Tạng nổi dậy vào năm 1959 bị dập tắt, Ngài trốn thoát vào Ấn Độ, ở đó Ngài được cấp quyền tị nạn chính trị.

Bây giờ Ngài được công nhận một cách rộng rãi như là một cổ động viên cho hòa bình thế giới và đã nhận được nhiều phần thưởng quí giá bao gồm Giải Thưởng Hòa Bình Nobel và Giải Thưởng Albert Schweitzer. Ngài là tác giả của nhiều cuốn sách về Phật giáo.

Thorsons
Direction for Life
Visit our webside at: www.thorsons.com

Liên lạc Tác giả
Tâm Bình & Thanh Bình

Liên lạc Nhà xuất bản
Nhân Ảnh
han.le3359@gmail.com
(408) 722-5626

www.ingramcontent.com/pod-product-compliance
Lightning Source LLC
Chambersburg PA
CBHW060357080526
44583CB00012B/352